குகைகளின் வழியே

AF741534

ஜெயமோகன்

பிறந்தது 1962, ஏப்ரல் 22ல். பள்ளி நாள்களில் 'ரத்னபாலா' என்கிற சிறுவர் இதழில் முதல் கதையை எழுதினார். 1987ல் 'கணையாழி'யில் எழுதிய 'நதி' சிறுகதை பரவலாகக் கவனம் பெற்றது. 1988ல் எழுதப்பட்ட 'ரப்பர்' நாவல் அகிலன் நினைவுப் போட்டியின் பரிசைப் பெற்றது. இது தவிர கதா விருதும் சம்ஸ்கிருதி சம்மான் தேசிய விருதும் பெற்றுள்ளார். இவர் எழுதிய 'விஷ்ணுபுரம்' தமிழ் இலக்கிய உலகில் பெரிய கவனத்தைப் பெற்றதோடு விவாதத்தையும் ஏற்படுத்தியது. இவரது படைப்புகள் தொடர்ந்து தமிழ் இலக்கிய உலகில் அதிர்வலைகளையும் புதிய சாத்தியங்களையும் ஏற்படுத்திய வண்ணம் உள்ளன. தமிழ் மற்றும் மலையாளத் திரைப்படத் துறைகளிலும் இவரது பங்களிப்பு தொடர்கிறது.

கிழக்கு பதிப்பக வெளியீடுகளாக ஜெயமோகனின் புத்தகங்கள்

வெண்முரசு (மகாபாரதம் நாவல் வடிவில்)

- முதற்கனல்
- மழைப்பாடல்
- வண்ணக்கடல்
- நீலம்
- பிரயாகை
- வெண்முகில் நகரம்
- இந்திரநீலம்
- காண்டீபம்
- வெய்யோன்
- பன்னிரு படைக்களம்
- சொல்வளர்காடு
- கிராதம்
- மாமலர்

வெண்முரசு (நாவல் பகுதிகள்)

- எரிமலர்
- புல்லின் தழல்
- செம்மணிக்கவசம்
- இருள்விழி
- ஆயிரம் கைகள்

பிற நூல்கள்

- விஷ்ணுபுரம்
- ஏழாம் உலகம்
- உலோகம்
- கன்னிநிலம்
- ஊமைச்செந்நாய்
- ஜெயமோகன் சிறுகதைகள்
- ஜெயமோகன் குறுநாவல்கள்
- விசும்பு (அறிவியல் புனைகதைகள்)
- பேய்க்கதைகளும் தேவதைக்கதைகளும்
- நாவல் (கோட்பாடு)
- சாட்சிமொழி
- முன்சுவடுகள்
- வாழ்விலே ஒரு முறை
- லோகி (லோகிததாஸ் நினைவு)
- நவீன தமிழ் இலக்கிய அறிமுகம்
- புதியகாலம் (இலக்கிய விமர்சனம்)
- இன்று பெற்றவை (நாட்குறிப்புகள்)
- சிலுவையின் பெயரால்
- இந்து ஞான மரபில் ஆறு தரிசனங்கள்
- இந்திய ஞானம்
- அண்ணா ஹசாரே
- அபிப்பிராய சிந்தாமணி
- சொல்முகம்
- தனிக்குரல்
- புல்வெளிதேசம் (ஆஸ்திரேலிய பயணக்கட்டுரை)
- அருகர்களின் பாதை
- இந்தியப் பயணம்
- நூறு நிலங்களின் மலை
- குகைகளின் வழியே
- சூரியதிசைப் பயணம்
- ஈழ இலக்கியம்
- இலக்கியவிவாதக் கட்டுரைகள்

குகைகளின் வழியே

ஜெயமோகன்

கிழக்கு

குகைகளின் வழியே
Kugaigalin Vazhiye
Jeyamohan ©

First Edition: September 2017
144 Pages

ISBN 978-93-86737-14-4
Kizhakku - 1024

Kizhakku Pathippagam
177/103, First Floor,
Ambal's Building, Lloyds Road,
Royapettah, Chennai - 600 014.
Ph: +91-44-4200-9603

Email : support@nhm.in
Website : www.nhm.in

kizhakkupathippagam
kizhakku_nhm

Photos: wikimediacommons, Jeyamohan, Ajithan, Shutterstock

Author's Email: jeyamohan.writer@gmail.com

Author's Website: www.jeyamohan.in | venmurasu.in

Kizhakku Pathippagam is an imprint of New Horizon Media Private Limited.

ராஜமாணிக்கத்துக்கு
அன்புடன்

வழித்தடம்

ஆந்திரப் பிரதேசம்

சிபி, ஹேமாவதி, ராயதுர்க் | கூட்டி, யாடிகி, பெலும் குகைகள் | கண்டிக்கோட்டை, யாக்கண்டி குகைக்கோயில்கள் | உண்டவல்லி குகைகள், அக்கண்ண மதன குடைவரைக்கோயில் | குண்டுப்பள்ளி குகைகள்

சட்டிஸ்கர்

தண்டேவாடா | பர்சூர் - மாமா பாஞ்சா ஆலயம், பட்டிஷ ஆலயம் | கொடும்சர், கைலாஷ் குகைகள் | பஸ்தர் பழங்குடியினர் | பழங்குடி அருங்காட்சியகம் | சிர்பூர் தொல்நகரம் | கப்ரா பஹாட் குகை ஓவியங்கள், சிங்கன்பூர், ஜோகிமாரா, சீதா பாங்க்ரா குகைகள்

ஒரிசா

ஜார்கண்ட் | புஷ்பகிரி, ரத்னகிரி, லலிதகிரி | கண்டகிரி, உதயகிரி | சிலிகா ஏரி | குப்தேஸ்வர் குகைகள் | போண்டா பழங்குடியினரின் வாரச் சந்தை | டுடுமா அருவி

ஆந்திரப் பிரதேசம்

பொர்ரா குகைகள்

மண்ணுக்கு அடியில்

ஆஸ்திரேலியாவில் மண்ணுக்கு அடியில் இருந்த ஒரு சுண்ணாம்புப்பாறைப் பிலத்திற்குள் சென்றதுதான் என் முதல் நிலத்தடி அனுபவம். ஆனால் மிகச்சிறப்பாக ஒளியமைவு செய்யப்பட்ட அந்தக்குகை ஒரு சுற்றுலாத்தலமாகவே தோன்றியது.

இளம்வயதில் அருமனை அருகே ஓடிய ஒரு சிற்றாற்றின் கரையில் இரு சுரங்க வாயில்கள் இருந்தன. திருவிதாங்கூர் அரசகாலகட்டத்தில் அமைக்கப்பட்டு அந்த கால்வாய் வெட்டப்பட்டபோது கைவிடப் பட்டவை. அவற்றுக்குள் இருளும் சேறும் செறிந்திருக்கும். வெளியே சிலர் எவர்சில்வர் டப்பாவால் ஒளியை பிரதிபலித்து உள்ளே காட்ட உள்ளே சென்று மீள்வதென்பது எங்கள் வீரச்செயல்களில் ஒன்றாக இருந்தது. உள்ளே அரைகிலோமீட்டரில் இடிந்துவிழுந்து மூடியிருக்கும்.

ஆஸ்திரேலிய அனுபவங்களைச் சொன்னபோதுதான் வசந்தகுமார் ஆந்திராவின் பெலும் குகை பற்றிச் சொன்னார். ஒரு பயணம் திட்டமிட்டோம். தள்ளித்தள்ளிச் சென்றது. அவர் இல்லாமலேயே கிளம்பினோம். சட்டிஸ்கர் ஒரிசா என சுண்ணாம்புக்கல் பகுதிகளில் உள்ள பிலங்களைச் சென்று பார்த்தோம்.

ஒவ்வொரு குகையும் ஒவ்வொரு அனுபவம். இவற்றில் பெலும் குகை ஓரளவு வசதிசெய்யப்பட்டுள்ளது. சட்டிஸ்கர் குகைகள் முழுமையாக கைவிடப்பட்டவை. பல குகைகளில் இருளில் சேற்றில் தவழ்ந்தும் நெளிந்தும் உள்ளே சென்றோம். உள்ளே பார்க்க ஒன்றுமில்லை, உள்ளிருக்கும் உணர்வை அடைவதைத்தவிர.

இந்தியாவின் மேலே சென்றுகொண்டிருந்த பயணங்களுக்கு மாறாக உள்ளே ஒருபயணம். அது நம் உள்ளே செல்லும் பயணமும் கூட. சிவனுக்கு குகேஸ்வரன் என்ற பெயர் உண்டு. மனக்குகைகளில் வாழ்பவன். ஓர் இடத்தில் குகையில் சிவலிங்கத்தை இருட்டுக்குள் இருட்டெனப் பார்த்தது நினைவுக்கும் அப்பால் பதிந்திருக்கிறது.

என் பயணங்கள் அனைத்திலும் உடன்வருபவர் ராஜமாணிக்கம். நண்பர் என்பதற்கும் அப்பால் என் இளவல் என்றே நான் அவரை உணர்கிறேன். அவருக்கு இந்தநூல் சமர்ப்பணம்.

ஜெயமோகன்

ஆகஸ்ட் 2017

- 1 -

அதிகாலை பெங்களூரில் இருந்து கிளம்பியபோது வழக்கமான பயணத்தின் உற்சாகம் சற்றே குறைவாக இருந்தது. காரணம் தூக்கக் களைப்பு. நான் சரியாகத் தூங்கி இரண்டுநாட்களாகின்றன. கார் கிளம்பியதுமே சிலநிமிட உற்சாகப்பேச்சுகள் கழிந்ததும் நான் தூங்க ஆரம்பித்துவிட்டேன்.

காரின் மீது பைகளை வைத்துக்கட்டுவது ஒரு பெரிய வேலை. முதல்நாள் அதைச்செய்யும்போது அடடா இதை தினம் இருமுறை எப்படி செய்யப்போகிறோம் என்ற பயம் ஏற்படும். கட்டி முடிக்கையில் ஒரு கூட்டு உழைப்பு முடிந்த அலுப்பு. ஆனால் இரண்டு நாட்களில் அதில் தேறி சட்டென்று கட்டிக் கிளம்பிவிடுவோம்.

பயணம் இப்போதெல்லாம் பழைய பயணங்களின் நினைவுகளால் ஆனதாக மாறிவிட்டிருக்கிறது. ஒரு பயணத்துடன் எல்லாப் பயணங்களும் வந்து கலந்துகொள்கின்றன. ஒரு காட்சியுடன் பல பிம்பங்கள் ஊடுருவுகின்றன. கிருஷ்ணன் பழைய பயணங்களைப் பற்றித்தான் உற்சாகமாகப்பேசிக்கொண்டிருந்தார்.

பெங்களூரில் இருந்து கிளம்புவது கிருஷ்ணனின் திட்டம். ஏன் என்று எனக்கு இன்னும்கூட சரியாகப் புரியவில்லை. முதல் குகை பெங்களூரில் இருந்து 360 கி.மீ. தள்ளி இருக்கிறது. செல்லும் வழியில் சும்மா போகவேண்டாமே என இரு புராதனமான கோயில்களைப் பார்த்துக்கொண்டு செல்லத் திட்டமிட்டோம். வழியில் தும்கூரில் ஒரு ஓட்டலில் தட்டு இட்லி. பெங்களூரில் இருந்து தும்கூர் செல்லும் பலருக்கும் இந்த ஓட்டலில் தட்டு இட்லி சாப்பிடும் வழக்கம் இருக்கிறது. பெயரைச்சொல்லப் போவதில்லை - அப்படிப்பட்ட பயணக்குறிப்பு அல்ல இது.

நரசிம்மசுவாமி ஆலயம், சிபி (தும்கூர்)

முதல் கோயில் சிபி (Seebi, Tumkur District, Andhra) என்ற ஊரில் இருந்த நரசிம்மசுவாமி ஆலயம். ஒரு காலத்தில் முக்கியமான கோயிலாக இருந்திருக்கவேண்டும். இப்போது அந்தப்பிராந்தியமே இடிந்து கற்குவியல்களாகக் கிடக்கிறது. சிப்பூரு என்பது ஊரின் கன்னடப் பெயர். 18 ஆம் நூற்றாண்டில் ஹைதர் அலியின் தளபதியாக இருந்த நல்லப்பா என்பவரால் கட்டப்பட்ட கோயில் இது.

இந்த ஆலயத்தில் உட்கூரையின் சுதைமேல் வண்ண ஓவியங்கள் உள்ளன. ராமாயண மகாபாரதக் காட்சிகளுடன் ஏராளமான மைதுன - கேளி - ஓவியங்களும் இருக்கின்றன. பொதுவாக கோயில் இடிந்து கிடந்து பின்பு எடுத்துக்கட்டப்பட்ட நிலையில் இருந்தாலும் அப்பகுதி எங்குமே ஓர் அவலத்தோற்றம் எஞ்சியிருக்கிறது. பிரம்மாண்டமான ஓர் குளம் பாசிநீர் தேங்கிக்கிடக்கிறது. நான்கு பக்கமும் பெரிய படிக்கட்டுகளால் சூழப்பட்ட அழகிய தெப்பக்குளம்.

சிபியிலிருந்து கிளம்பியபோது பத்துமணி ஆகிவிட்டது. வழியில் இன்னொரு முக்கியமான பண்டைய நகரம் இருந்தது. ஹேமாவதி (Hemavathi, Anantapur District, Andhra). இது ஒரு பெரிய கோட்டையாக இருந்திருக்கிறது. இன்று அனேகமாக இடிந்து சில பகுதிகள் மட்டுமே எஞ்சியிருக்கின்றன. கோட்டைக்குள் இருந்த சித்தேஸ்வர தொட்டேஸ்வர் கோயில்கள் சிதைந்த நிலையில் உள்ளன. தொல்லியல்துறையின் ஒரு அருங்காட்சியகம் உள்ளது.

அருங்காட்சியகத்தில் அழகிய கருங்கற்சிலைகள். பெரும்பாலும் இந்திராண்டி நந்தி சப்தகன்னியர் சிலைகள். சிலைகளில் பூவராக மூர்த்தியும் வராஹியும் எனக்கு ஒரு அலாதியான மன எழுச்சியை அளிப்பவை. பன்றிமுகம் கொண்ட தெய்வங்கள். மூர்க்கமும் கம்பீரமும் அழகாகப் பிணைந்து தோன்றும் ஒரு கணத்தை ஓர் அசைவை சிற்பி அவற்றில் நிகழ்த்தியிருப்பான்.

ஹேமாவதி எட்டாம் நூற்றாண்டில் சிறப்புடன் இருந்த தொல்நகரம். நொளம்ப பல்லவர்கள் கட்டிய இந்நகரம் பின்னர் கல்யாணி சாளுக்கியர்களால் ஆளப்பட்டது. பல்லவர் காலகட்டத்தில் இந்நகரம் ஹென்சேரி என்று அழைக்கப்பட்டிருக்கிறது.

இந்நகரைத் தாக்கிக் கைப்பற்றிய ராஜேந்திரசோழன் இங்கிருந்த அழகிய தூண்களைக் கண்டு வியந்து அவற்றில் 44 முக்கியமான அலங்காரத்தூண்களைப் பெயர்த்து சோழநாட்டுக்குக் கொண்டு சென்றதாகவும் வரலாறு. இங்குள்ள கல்வெட்டுகள் அதை உறுதி செய்கின்றன.

இன்று இங்குள்ள ஆலயம் கிட்டதட்ட சிதைந்த நிலையில் உள்ளது. கதம்ப-கல்யாணி சாளுக்கிய பாணியைச்சேர்ந்த உருட்டப்பட்ட பளபளப்பான உருளைகள் கொண்ட தூண்கள் மிக அழகானவை.

சித்தேஸ்வரர் ஆலயத்தில் மூலவராக இருக்கும் சிலை அமர்ந்த கோலத்தில் சிவன் என்று கவனித்தபோது ஆச்சரியமாக இருந்தது. அழகிய சிலை. பொதுவாக சிவாலயங்களில் சிலை இருப்பதில்லை. லிங்கம்தான் மூலச்சிலையாக இருக்கும். இக்கோயில் பிற்காலத்தில் வாரங்கலின் காகதீயரால் கைப்பற்றப்பட்டு விரிந்து கட்டப் பட்டிருக்கிறது. வாரங்கலில் நிறைய காணப்படும் அற்புதமான கரிய கல்லால் ஆன அலங்கார நந்தி சிலைகள் இரண்டு இங்கே உள்ளன. சென்ற 2009 பயணத்தில் வாரங்கலில் கண்ட அதியற்புதமான நந்திகளை நினைவில் மீட்டிக்கொள்ள அரிய தருணமாக அமைந்தது.

ஹேமாவதி முழுக்க இடிந்த சிலைகள்தான். கர்நாடகம் ஆந்திரம் முழூக்க காணப்படும் இடிந்து கைவிடப்பட்ட பழங்கால நகரங்களில் ஒன்று. பன்வாசி ஹலசி போல. அந்நகரில் நடக்கையில் ஒரு கனவு நம்மைத் தொடர்வதை உணரலாம். ஒவ்வொரு கல்லிலும் சிலையிலும் வரலாறு. காலம். அல்லது மானுடவாழ்க்கை என்ற நிலைக்காத துயரநாடகம். அந்த சுமையேற்று ஒவ்வொன்றும் படிமாகிவிடுகின்றது. இடிந்த கோயில்கள் ஆழ்பிரதிகள் பெற்று கவிதைகளாகின்றன போலும்.

மதியம் கையில் இருந்த சப்பாத்திச்சுருள்களை ஒரு புளியமரச் சோலையில் அமர்ந்து சாப்பிட்டோம். அங்கே ஏதோ நாட்டுப்புற தெய்வத்தின் பிரதிஷ்டைகள் இருந்தன. குளிர்ந்த இடம். தூங்கு ராஜா தூங்கு என்று சொல்லும் மெல்லிய குளிர்காற்று.

மாலையில் ராயதுர்க் (Rayadurg, Anantapur) என்ற கோட்டையை வந்தடைந்தோம். புராதனமான கோட்டை. ராயலசீமாவின் கரடுமுரடான பாறைக்குவியல் மலைகள் நடுவே ஒரு மலையை சுற்றி வளைத்துக் கட்டப்பட்டது. மலைக்குக் கீழே இன்றைய ராயதுர்க் என்ற சாக்கடை வழிந்த கடப்பைக்கல் பாவப்பட்ட சாலைகளும் கடப்பைக்கல் சுவர்கள் கொண்ட சிறிய வீடுகளும் கொண்ட நெரிசலான நகரம். அதன் சிறிய சந்துகள் வழியாக பன்றிகளை விலக்கி நடந்து கோட்டையை அடைந்தோம்.

மேலே செல்ல பழங்காலப் படிகள். குதிரைகள் செல்வதற்காகக் கட்டப்பட்டவை. பெரும்பாறைகள் சரிந்து சிதறிக்கிடந்த பரப்பினூடாக படிகள் சென்றன. பருமனான அர்விந்த் கொஞ்சம் மூச்சிரைத்தார் என்றாலும் வந்து விட்டார்.

ராயதுர்க், பாளையக்காரர்களின் தலைநகரம். இவர்கள் விஜயநகரத்து நாயக்க அரசர்களின் சிற்றரசர்கள். சிற்றரசர்கள் விஜயநகருக்கு அடங்க மறுக்கவே மன்னர் கோட்டையைத் தன்வசம் எடுத்துக்கொண்டு பூபதிராயகோண்டா என்று பெயரிட்டு வைத்துக்கொண்டார். தக்காணப்போர்களில் மிக முக்கியமான இடம் வகித்த கோட்டை இது. பின்னர் பிதார் சுல்தான் இதை விஜயநகரிடமிருந்து கைப்பற்றினார். கடைசியாக திப்புசுல்தானின் படைநகரமாக இருந்திருக்கிறது.

கோட்டைக்குமேல் ஒரு பெருமாள் கோயிலும் ஒரு சிவன் கோயிலும் மசூதியும் உள்ளன. அங்கே எங்கும் வேறு மனிதர்கள் இல்லை. மேயச் சென்ற சில எருமைகள் மட்டும் எங்களை சந்தேகமாக பார்த்துக் கொண்டு திரும்பின. பாறைகள் நடுவே அந்தத் தனிமையில் வரலாற்று நெடிகொண்ட காற்றில் இந்தப் பயணத்தின் முதல் அஸ்தமனம்.

- 2 -

நேற்று மாலை ராயதுர்க் கோட்டையில் இருந்து கிளம்பும்போது மாலை ஆறுமணி. அங்கேயே தங்கலாமா என்ற எண்ணம் எழுந்தது. ஆனால் மறுநாள் நாங்கள் பார்க்கவேண்டிய ஊர் கூட்டி. கூடுமானவரை கூட்டிக்கு அருகே வந்து தங்கலாமென்று திட்டமிட்டோம். வரும் வழியில்தான் அனந்தப்பூர். அனந்தப்பூரிலேயே ஒரு விடுதியில் தங்கினோம். சுமாரான அறை. நான் பதிவை எழுதிவிட்டு பன்னிரண்டு மணிக்குத் தூங்கினேன்.

நண்பர்கள் எதையோ பேசிக்கொண்டே இருந்தார்கள். இந்தமாதிரி பயணங்களில் தூங்குவதற்கான நேரத்தைக் கூடுமானவரை குறைக்கவே கூடாது. ஏனென்றால் எந்தப்பயணத்திலும் விடியற் காலையில் கிளம்புவதுதான் பயணத்தின் மிக மிக உற்சாகமான அம்சம். அதை இழக்கவே முடியாது. அதற்காக தூக்கத்தைக் குறைத்தால் மறுநாள் முழுக்க பயணத்தில் சோர்வு இருந்துகொண்டே இருக்கும்.

கூட்டி (Gooty, Anantapur District), விஜயநகரத்தின் முக்கியமான ராணுவத்தளமாக இருந்தது. ஹம்பி வீழ்ந்தபோது நாயக்கர்களின் படை பின்வாங்கி கூட்டியில் மையம் கொண்டது. நூறாண்டு களுக்குமேல் கூட்டி, நாயக்கர்களால் ஆளப்பட்டது. அனந்தப்பூர் நாயக்கர்களின் தலைநகரமானபோது கூட்டி மெல்ல மையமிழந்தது.

இந்தியாவின் பிரம்மாண்டமான கோட்டைகளில் ஒன்று கூட்டி. குட்டி என்றுதான் உள்ளூரில் சொல்கிறார்கள். இரண்டு மலைகளை உள்ளிட்டுக் கட்டப்பட்ட பிரம்மாண்டமான கோட்டைச்சுவர் வளைந்து வளைந்து செல்கிறது. உள்ளிருக்கும் மலைக்குமேலும் கோட்டைகளும் இருந்தன. அந்தக்காலை நேரத்தில் கோட்டைமேல் நின்று கீழே விரிந்துகிடந்த நகரத்தைப் பார்த்தது எழுச்சியூட்டும் அனுபவமாக இருந்தது.

கூட்டி கோட்டை, ஆந்திரா

கூட்டி கோட்டைக்குச்செல்லும் வழி முழுக்க சிறிய கட்டடங்கள். இப்பகுதியின் பாறை சிவந்த அடுக்குப்பாறையாலானது. அதிலேயே கட்டப்பட்ட வீடுகள். இத்தகைய கைவிடப்பட்ட கோட்டைகளை ஒட்டி தலித் அல்லது முஸ்லிம் குடியிருப்புகள் உருவாகி வந்திருக்கும். அந்த குடிசைப்பகுதியில் ஹென்றி ஸ்டீல் ஆல்காட்டின் பெயரைக் கண்டு ஆச்சரியமடைந்தேன். 1882ல் அப்பகுதியில் அவர் தலித்துகள் தங்கி படிப்பதற்கான ஓர் அமைப்பையும் கட்டடத்தையும் உருவாக்கியிருக்கிறார்.

பதினொரு மணிக்கு யாடிகி (Yadiki) குகையைப் பார்க்கச்சென்றோம். ராயலசீமாவுக்கே உரிய திறந்து வெளுத்த நிலம். கௌபாய் படங்களில் வருவதுபோன்ற காட்சி. மலைகள் முழுக்க அடுக்கடுக்காக வைக்கப் பட்ட ஓடுகள் போன்று அமைந்த பாறைகள். அவை சரிந்து விழுந்து நொறுங்கிய சரிவுகள். மிகக்குறைவாகவே மரங்கள்.

வெயில் விரிந்த மலைச்சரிவு வழியாக யாடிகே குகைகளைத் தேடிச்சென்றோம். மலைமேல் ஏறி ஏறிச் சென்றால் அங்கே ஆச்சரியமாக ஒரு பெரிய சமவெளி. வயல்கள். நடுவே ஒரு சிறிய கிராமம். விசித்திரமான கிராமம். மொத்த கிராமத்தையும் சுற்றி அடுக்கி வைக்கப்பட்ட கற்களாலான மூன்றாள் உயரமான கோட்டை. மொத்தமே நூறு வீடுகள். ஆனால் விவசாயம் செய்து வளமாக இருக்கிறார்கள் என்ற எண்ணம் ஏற்பட்டது. தீவட்டிக்கொள்ளையர் களை அஞ்சி அந்தக் கோட்டையைக் கட்டிக்கொண்டிருக்கிறார்கள்.

எப்படியும் முந்நூறு வருடம் பழையது அக்கோட்டை. பல இடங்களில் கற்குவைகள் பிய்ந்து விழுந்து கிடந்தன. மிகத்தொன்மையான ஒரு காலகட்டத்திற்குள் வந்து விழுந்துகிடந்ததாக உணர்ந்தபடி சுற்றிவந்தோம். எங்களை அவர்கள் ஏதோ ஒரு காலகட்டத்தில் இருந்து வந்த அன்னியர்களாகப் பார்த்தனர். மலைமேல் ஒரு அந்தர உலகம் மிதந்து நிற்பது போலிருந்தது. சில மலைப்பாறை உச்சியில் குட்டைகளில் மீன்கள் வாழும். அதேபோல மலைமேல் ஒரு மனிதக்கூட்டம். அவர்களுக்குரிய எல்லாம் அங்கேயே இருந்தன.

ஆனால் யாடிகி குகை அவர்களுக்குத் தெரியவில்லை. கேள்விப் பட்டிருந்தார்கள், எவருமே பார்த்ததில்லை. திரும்பி வந்தோம். பக்கவாட்டில் சென்று ஒரு விரிந்த பாறைக்குவியல்வெளியை அடைந்தோம். ஓட்டுப்பாறை கண்ணெட்டிய தொலைவுவரை சிதறிக் கிடந்தது மாபெரும் ஓட்டுக்கூரை ஒன்று சரிந்தது போல. அங்கேயும் குகையைக் கண்டுபிடிக்கமுடியவில்லை.

ரவியும் ஓட்டுநரும் காரில் கீழே சென்றனர். நாங்கள் அங்கேயே ஒரு முள்செடியின் அடிநிழலில் அமர்ந்துகொண்டோம். கீழே சென்று ரவி அங்கே கண்ணில் பட்டவர்களிடமெல்லாம் குகையைப்பற்றிக் கேட்டார். எல்லாருக்கும் அங்கே ஒரு குகை இருப்பது தெரிந்திருந்தது, எவரும் பார்த்ததில்லை. வழியும் தெரியாது. திரும்பிவிடலாம் என்று காரில் வந்து சொன்னார்கள். அங்கே இருந்த ஒரு புராதனமான கோயில் நோக்கிச் சென்றோம். மலையின் அடியில் இருந்து நீர் ஊறி ஊறி ஒரு சிறிய ஓடையாக வழிந்தது. குடிக்கலாம். ஆனால் அங்கே நின்றிருந்த பையன்களுக்கும் குகை தெரிந்திருக்கவில்லை.

என்ன செய்யலாம்? திரும்பிவிடலாமா? ஆனால் இத்தனைபேர் கேள்வியே படாத ஒரு குகை முக்கியமானது. அதை விட்டுவிட்டுப் போகவே கூடாது. பேசாமல் திரும்பினோம் என்றால் மனக்குறைதான் எஞ்சும் என்றார் ராஜமாணிக்கம். திரும்பி யாடிகி கிராமம் வந்து எவரிடமாவது கேட்டுப் பார்க்கலாமென முடிவு செய்தோம். ஆனால் திரும்பும் வழியில் ஒரு மாடுமேய்ப்பவரைப்பார்த்தோம். அவர் பெயர் அனுமந்து. அவருக்குத் தெரிந்திருந்தது.

அவரிடம் ஏறிக்கொள்ளுங்கள் வழிகாட்டினால் நூறு ரூபாய் தருகிறோம் என்றோம். அவர் இருநூறு ஆடுகள் மேய விட்டிருந்தார். ஆடுகளை விட்டுவிட்டு வரத் தயங்கினார். இருநூறு ரூபாய் என்றதும் யோசித்தார். ஆடுகளை ஒருவரிடம் ஒப்படைத்துவிட்டு காரில் ஏறினார்.

அவரைப் பின்தொடர்ந்து சென்று அந்த குகையை அடைந்தோம். அவர் உதவி இல்லாமல் அந்தகுகையைக் கண்டுபிடிக்கவே முடியாது. அவ்வளவு ஆழக்காட்டில் மறைவாக இருந்தது அது. ஒரு சிறிய கிணறு போன்ற பள்ளம். அதனுள் இறங்கிச்சென்றால் 12 அடி ஆழம் கொண்ட இடுங்கலான இருண்ட பாதை. அதன்பின் பக்கவாட்டில் இரண்டு கிலோமீட்டர் தூரம் வரை நீளும் குகை இருக்கிறது.

எட்டிப்பார்த்தால் பயமாக இருந்தது. மிக இருண்ட பாதை. ஒல்லியான உடல் கொண்ட இளைஞர்கள் மட்டுமே உள்ளே செல்ல முடியும். கொஞ்ச நேரம் யோசித்துவிட்டு நம்மால் முடியாது என்ற முடிவுக்கு வந்தோம். உள்ளே குகைக்குள் ஒரு நல்ல நீரோடை ஓடுவதாக அனுமந்து சொன்னார்.

குகையை தரிசனம் செய்ததே போதும் என்று திரும்பிவிட்டோம். நேராக அடுத்த குகை. பிலம் குகைகள் என்று பெயர் (Belum Caves, Kurnool District, Andhra). பிலம் என்றாலே மண்ணுக்கு அடியில் உள்ள குகைதான். பேலும் என்று சொல்கிறார்கள் சிலர். பெலும் குகைகள் இந்தியாவின் இரண்டாவது பெரிய குகை. தரைத்தளத்தில் உள்ள குகைகளில் மிகப்பெரியது அதுதான். மிகநன்றாகப் பேணப்பட்ட சுற்றுலாத்தலம் இது.

பெலும் குகையின் நுழைவாயில்

டிக்கெட் எடுத்து வழிகாட்டியுடன் உள்ளே சென்றோம். மண்ணுக்கு அடியில் நூறு முதல் நூற்று எண்பது அடிவரை ஆழத்தில் செல்லும் இக்குகைகள் உறுதியான களிமண்பாறைகள் வழியாக பாய்ந்த நிலத்தடிநீர் அங்கே கலந்திருந்த சுண்ணாம்புப்பாறையைக் கரைத்துக் கொண்டுசெல்வதன் வழியாக உருவாகி வந்தவை. மண்ணுக்கு அடியில் ஒரு பெரிய கட்டடத்தொடர் போல இவை உள்ளன.

1884ல் ராபர்ட் ப்ரூஸ் ஃபூட்டே என்ற ஆய்வாளர் இந்த குகையைக் கண்டுபிடித்தார். அதன்பின் ஜெர்மானிய நிலவியலாளரான டேனியல் கீபர் விரிவான ஆய்வுக்குள்ளாக்கினார். ஆனால் நெடுங்காலமாகவே இக்குகைகள் சமண பௌத்த துறவிகள் தங்குமிடமாகப் பயன்படுத்தி வந்தவை. இங்கே கிடைத்த சமண பௌத்த சின்னங்கள் அனந்தப்பூர் அருங்காட்சியகத்தில் உள்ளன.

1988 வரை இந்த குகைகள் உள்ளூர்க்காரர்கள் குப்பைகளைக் கொட்டும் இடமாகவே இருந்திருக்கின்றன. இங்கே இருந்த ஓய்வுபெற்ற காவல் அதிகாரி நாராயண ரெட்டி என்பவரும் சலபதி ரெட்டி என்பவரும் எடுத்துக்கொண்ட கடும் முயற்சிகளின் விளைவாக 1999ல்தான் ஆந்திர அரசு இக்குகைகளைக் கைப்பற்றி பாதுகாக்கப்பட்ட பகுதியாக அறிவித்தது. குகைகளைச்சுற்றி பாதுகாவலும் பயண வசதிகளும் உருவாக்கப்பட்டன. 2000த்தில்தான் பயணிகள் அனுமதிக்கப் பட்டார்கள்.

இன்று ஒன்றரை கிலோமீட்டர் தூரம் வரை இக்குகைக்குள் செல்ல அனுமதி உள்ளது. நான்கு கிலோமீட்டருக்கு மேல் நீளமுள்ள குகை இது. பிரிந்து பிரிந்து செல்லும் ஏராளமான கிளைகள் கொண்ட ஒரு ஆழத்து உலகம். மேலிருந்து காற்று குழாய்கள் மூலம் உள்ளே செலுத்தப்படுகிறது. என்றாலும் உள்ளே அதிகநேரம் நிற்க முடியாது. கடுமையான வெக்கை மூச்சுத்திணறலும் ஓரளவு உண்டு. நான் ஆஸ்திரேலியாவிலும் மலேசியாவிலும் குகைகளைக் கண்டிருக்கிறேன். ஆனால் நான் கண்ட குகைகளில் இதுவே மிகப்பெரியது. ஒரு முக்கியமான சுற்றுலா அனுபவம்.

குகை என்றாலே ஒரு ரகசியத்தன்மை வந்துவிடுகிறது. ஆழத்தில் இருக்கிறோம் என்ற உணர்ச்சியின் பதற்றம். தலைக்குமேல் சமகாலம். குகைகளின் களிமண் பாறைகள் விதவிதமாக அரித்து பலவகையான பிம்பங்களைக் காட்டின. குழிகள் கண்கள் போல விழித்தன. புடைப்புகளில் மத்தகங்கள் பாம்புப்படங்கள்.

சில இடங்களில் நூறுபேர் இருக்கும்படியான கூடம்போல இருந்தது குகை. சில இடங்களில் மிகநெருக்கமாக குனிந்து வளைந்து செல்ல வேண்டும். சில இடங்களில் அடர்ந்த இருட்டு. சில இடங்களில் ஒரு

பெலும் குகை - நூறுபேர் இருக்கும்படியான கூடம்போல...

பெலும் குகை - களிமண் பாறைகள் விதவிதமாக அரித்து
பலவகையான பிம்பங்களைக் காட்டுகின்றன.

மாபெரும் குடலுக்குள் சென்றுவிட்டதுபோல வழுவழுப்பான பாறைச்சுவர்கள். அந்தப் பயணத்தின் இடங்கள் தகவல்கள் எதுவும் மனதுள் பதியவில்லை. எங்கோ புதைந்து சென்றுகொண்டே இருக்கும் அனுபவம்தான் முதன்மையானது.

பல இடங்களில் பாறைகள் பிளந்து விழுந்து கிடக்கின்றன. அவை எப்போது விழுந்தவை என்ற பிரமிப்பேற்பட்டது. வரலாற்றுக் காலத்திற்கு முன்பு எப்போதாவது விழுந்திருக்கலாம். நேற்றுகூட விழுந்திருக்கலாம். அவை விழுந்து உள்ளே அடைபட்டு விட்டால் என்னாகும் என்ற பீதி மெல்ல உள்ளே அதிர்ந்துகொண்டே இருந்தது.

மேலே களிமண் பாறை உருகி வழிந்து உருவான கூம்புகள் பெரும் கொத்துவிளக்குகள் போல தொங்கின. பட்டுத்துணியை வளைத்து வளைத்துச் செய்த பந்தல் அலங்காரம்போல பாறைகளில் நீரின் செதுக்குவடிவங்கள். போர்வை போர்த்திக்கொண்டு அமர்ந்த குழந்தைகள். சேற்றுக்குள் நிற்கும் எருமைகள். மத்தகம் மட்டும் நீட்டும் யானைகள்.

மிக ஆழத்தில் பாதாள கங்கை என்ற ஊற்று ஊறி நீர் மேலும் ஆழத்தில் எங்கோ கொட்டுகிறது. அங்கே செல்ல குறுகலான திருகுப்படிகள் வழியாக ஆழத்துக்கு இறங்கிச்செல்லவேண்டும். ஆழ்மனதுக்குள் செல்லும் பயணம். இருண்ட வழிகள். சிதைந்த வழிகள். இருளும் ஒளியும் முயங்கும் விசித்திர உருவங்கள். கனவுகளின் நிழலாட்டம். ஆழத்தில் சதா கொப்பளிக்கும் அந்த குளிர்ந்த ஊற்று...

- 3 -

மூன்தினம் இரவு பெலும் குகைகளின் அருகில் ஆந்திர அரசு கட்டிய விடுதியில் தங்க இடம் கிடைத்தது. தலைக்கு அறுபது ரூபாய்தான். நாங்கள் மதியம் சாப்பிடவில்லை. பெலும் குகைகள் ஐந்தரை மணிக்கு மூடிவிடுவார்கள். அதற்குள் குகைக்குள் போய்விடுவோம் என்று அவசரப்பட்டோம். குகைகளைப் பார்த்து முடித்து வந்ததும் அங்கிருக்கும் உணவு விடுதியில் போய் உணவு கோரினோம். கொஞ்சம் ஆறிப்போயிருந்தாலும் ஆந்திரபாணி சைவ உணவு கிடைத்தது. ருசிக்கு ஆந்திராவின் சோறும் சாம்பாரும் ரசமும் அனல்பறக்கும் ஆவக்காயும் மிகவும் பிடிக்கும். பசியும் இணைந்துகொண்டமையால் கடந்த சில மாதங்களின் மிகச்சிறந்த உணவை உண்டோம்.

முன்னராகத் தூங்கிவிட்டோம். நான் காலை நான்கரை மணிக்கு எழுந்து, விடிந்துவிட்டதா என்று திகைத்தேன். இரவு ஒன்பது மணிக்குத் தூங்கியதன் விளைவு. காலை ஆறு மணிக்கு அனைவரும் குளித்துக் கிளம்பிவிட்டோம்.

காலையில் பெலும் அருகிலுள்ள கண்டிக்கோட்டை (Gandikota) என்ற கோட்டைக்குப் போனோம். ஆரம்பத்தில் அது ஒரு சிறிய கோட்டை போலத் தோன்றியது. நெருங்கிப் போனபோதுதான் அதன் பிரமிக்கச் செய்யும் உயரம் தெரியவந்தது. கற்களால் ஆன பெரும் கோட்டை. நாயக்கர்கோட்டைகளுக்குரிய சிறப்பம்சமான மடிந்து மடிந்து உள்ளே போகும் வழி. உள்ளே காவல் மாடங்கள். ஆழமான நீராழிகள்.

கோட்டைக்குள் ஒரு நூறு வீடுகள் இருக்கும். ஊர் முழுமையாகக் கைவிடப்பட்டுக் கிடந்தது. வறுமையான குடிசைகள். அங்கிருந்த மாதவராயண்ணா கோயிலுக்குச் செல்லும் வழி முழுக்க மலம். கோயிலில் மூலச்சிலை இல்லை. அதன் அமைப்பு தஞ்சைக் கோயில்

மாதவராயண்ணா கோயில், கண்டிக்கோட்டை

கண்டிக்கோட்டை

கண்டிக்கோட்டை அருகே பெண்ணாறு பள்ளத்தாக்கு

களை ஒத்திருந்தது. பெரிய பிராகாரங்கள். சுற்றும் முற்றம். கோபுரம் மேலே உடைந்திருந்தது. மணற்கல்லால் ஆன கோயிலாகையால் சிற்பங்கள் அதிகமில்லை. ஆனால் அந்த வேளையில் அக்கோயிலில் தனியாக நின்றிருக்கையில் ஒரு விதமான மன எழுச்சி உருவானது.

பெரிய கோட்டை. கோயிலுக்குப்பின்னாலும் விரிந்துகிடந்த வயல் களையும் பொட்டல்களையும் உள்ளே அமைத்து விரிந்து சூழ்ந்து கிடந்தது. கோட்டைமேல் ஆயுததாரிகள் நிற்கும் அறைகள். பீரங்கி மேடைகள். தொலைதூரத்து மலைகளின் மீது காவல்கோபுரங்களைக் காணமுடிந்தது. பாறைக்குவியல் போன்ற மலைகள் மீது அமைதியும் காலையொளியும் மூடிக்கிடந்தன.

இந்தக் கோட்டை 12 ஆம் நூற்றாண்டில் கல்யாண சாளுக்கிய மன்னரான ஆகவமல்ல சோமேஸ்வரின் சிற்றரசரான கப்பராஜ நாயக்கரால் கட்டப்பட்டது. இப்பகுதியில் நாயக்கர் ஆட்சி ஆரம்பித்த காலகட்டத்தில் கட்டப்பட்ட இக்கோட்டை காகதீயர்களின் முக்கிய மான ஒரு ராணுவ மையம். விஜயநகர ஆட்சியின் முக்கியமான காவல் தலைநகரமாக இருந்தது. விஜயநகர வீழ்ச்சிக்குப்பின் இஸ்லாமிய ஆட்சிக்குள் சென்றது. கோட்டைக்குள் ஒரு மசூதி அப்போதுதான் கட்டப்பட்டது. கடைசியாக இதை ஹைதர் அலியிடமிருந்து ஆங்கிலேயர் கைப்பற்றினார்கள்.

தெலுங்குக் கவிஞர் வேமன இங்கே வாழ்ந்தார் என்று சொல்லப் படுகிறது. இக்கோட்டை அருகே பெண்ணாறு ஓடுகிறது.

கோட்டை முகப்பில் இருந்த டீக்கடையில் ஒரு டீ சாப்பிட்டுவிட்டுக் கிளம்பினோம். அங்கு சிலர் பஸ்ஸுக்குக் காத்து நின்றனர். அடுத்த பஸ் மாலை ஐந்துமணிக்கு என்றார்கள்.

அடுத்து நாங்கள் செல்ல வேண்டிய இடம் யாக்கண்டி குகைக் கோயில்கள் (Yaganti, Kurnool District). ஆனால் அதற்குச் செல்வதற்கு முன் பெத்தமுடியம் (Peddamudium, Cuddapah District) என்னும் ஊரில் இருக்கும் தொல்லியல் கிராமத்தைப் பார்க்கலாம் என்று முடிவெடுத்தார்கள். இந்தமுறை நான் பயணங்களைத் திட்ட மிடவில்லை. நண்பர்கள் அவர்கள் போக்கில் முடிவெடுத்தார்கள். தொல்லியல் தலங்கள் எல்லாமே முக்கியமானவை அல்ல. பலவற்றில் பார்க்க ஒன்றும் இருக்காது. போகும் வழியிலும் அந்த ஊர் இல்லை. அங்கு என்ன இருக்கும் என்றும் தெரியவில்லை. நேராகக் கிளம்பிச்சென்றுவிட்டோம்.

இருபக்கமும் பட்டாணிக்கடலை பயிர் வளர்ந்து பச்சையாகத் தொடுவானம் வரை விரிந்து கிடந்த சாலை. பெரிய டிராக்டர்கள் வந்து

கொண்டிருந்தன. பெத்தமுடியம் ஊருக்குப் போய்ச் சேர்ந்தோம். கடப்பைக்கற்களை அடுக்கிக் கட்டப்பட்ட கட்டடங்கள். ஒரு உயரமான உருண்ட கற்கோபுரம். பத்தொன்பதாம் நூற்றாண்டில் இஸ்லாமியக் கொள்ளையர்கள் அதிகமாக கிராமங்களைத் தாக்குவதுண்டாம். அப்போது கட்டப்பட்ட காவல்மாடங்கள் அவை.

கிராமத்தில் எவருக்கும் அங்கு தொல்லியல்ஆய்வு நடப்பதோ பிற விவரங்களோ தெரிந்திருக்கவில்லை. காவலர் ஒருவரிடம் கேட்ட போது விபரமாக சொன்னார். அதைக் குறித்து வைக்காமல் தலையாட்டிக்கொண்டு கிளம்பி மீண்டும் பத்து கிலோமீட்டர் தொலைவு போனபின் அதை முழுமையாக மறந்துவிட்டு விழித்தார்கள். சுற்றிச்சுற்றி வந்தோம். கிராமம் முழுக்க பட்டாணிக் கடலை மணம். கொறிப்பதற்கு பட்டாணிக்கடலைச்செடியைப் பச்சையாகக் கையில் கொடுத்தனர். நன்றாகத்தான் இருந்தது. ஊர் நடுவே ஒரு பழமையான கோயில் இருந்தது. லட்சுமிநரசிம்மர் கோயில். சிற்பங்கள் அதிகமில்லை. குளிர்ந்த திண்ணை பகலுறக் கத்துக்கு அழைத்தது.

சரி, நேரத்தை வீணடிக்க வேண்டியதில்லை, யாக்கண்டி கோயில் களுக்குச் செல்வோம் என்று முடிவெடுத்தோம். பகல் உணவை ஒரு வழியோர நகரில் முடித்தோம். அசைவ உணவகத்தில் சைவ உணவு. கூட்டு பொரியல் எல்லாம் ஊறுகாய் போல காரமாக இருந்தன. ஆனால் எப்படியோ நாக்குக்கும் அவை சுவையாகவே இருந்தன.

யாக்கண்டி ஊரின் பெயரை ஓட்டுநரும் கார்த்திக்கும் ஒவ்வொரு முறையும் ஒவ்வொரு வகையாகச் சொல்லி வழிவிசாரித்தனர். ஒருமுறை கார்த்திக் ஏகாந்தி என்று விசாரித்தார். விசாரிக்கப்பட்டவரின் கண்களில் வரும் திகைப்பு பார்க்க அற்புதமான அனுபவமாக இருந்தது.

யாக்கண்டி ஒரு புண்ணியதலம். அங்கே கீழே ஒரு சிவன் கோயில் இருந்தது. யாக்கண்டி உமா மகேஸ்வரர் கோயில் 15 ஆம் நூற்றாண்டில் விஜயநகரத்தை நிறுவிய மன்னர்கள் ஹரிஹர புக்கரால் கட்டப் பட்டது. கொஞ்சம் தமிழ்ப் பயணிகளைக் காதால் அறிய முடிந்தது. சாமியார்கள் பலர் தமிழ் உரையாடி வழி சொன்னார்கள். பிற ஊர்களை விட இங்கு அதிகம் சாமியார்களைக் காண முடிந்தது.

யாக்கண்டியில் உள்ள பாறை சரளைமண் இறுகிப் பாறையாக ஆனதுபோல இருந்தது. மலையுச்சியில் இருந்து பிரம்மாண்டமான பாறைகள் உருண்டு சரிந்து கிடந்தன. அந்தப்பாறைகளில் பெரிய விரிசல்களும் துளைகளும் இருந்தன. அவற்றில் மூன்று குகைகளில் வழிபாடுகள் நிகழ்ந்தன. குகைகளின் அடிவாரத்தில் அழகிய சிறிய

யாக்கண்டி குகை - செல்லும் வழி

கோயில். கிட்டதட்ட கோயில் அளவுக்கு பெரிய கட்டுமானம் ஒன்று இருந்தது. உள்ளே சிரிப்பொலிகள். உள்ளே பார்த்தால் அது ஒரு குளம். இடுப்பளவு ஆழம். பையன்கள் உற்சாகமாகக் குளித்துக் கொண்டிருந்தனர். மலையில் இருந்து வழியும் ஊற்றைத் தேக்கி அமைக்கப்பட்ட குளம். அதற்கு நந்தி தீர்த்தம் என்று பெயர்.

குளத்தைச் சுற்றிக்கொண்டு முதல் குகைக்குச் சென்றோம். கிட்டதட்ட நூறு செங்குத்தான படிகள். படிகளுக்கு மேல் குகை. இருண்ட குகை. மின்விளக்குகள் போட்டிருந்தனர். உயரமான உட்குடைவுப்பாறையில் வரலாற்றுக்காலம் முழுக்க பந்தம் எரித்த கரி படிந்திருந்தது.

அங்கே ஒரு சாமியார் அமர்ந்திருந்தார். அவர் முன் ஒரு சிவலிங்கம். அதிகம் பழையது போல தோன்றவில்லை. சாமியார் அதற்குப் பூசை செய்து சில்லறை வாங்கிக்கொண்டார். ஆனால் கெடுபிடியோ வற்புறுத்தலோ ஒன்றும் இல்லை. அங்கு அகத்திய முனிவர் தவம் செய்ததாகவும் காகாசுரன் என்பவன் அவரிடம் மோதி சாபம் பெற்று மோட்சம் போனதாகவும் ஒரு கதை சொன்னார். அங்கு வழிபட்டால் சனி தோஷம் தீரும் என்றார். அங்கே காகங்களே இல்லை என்பது ஒரு தொன்மமாகச் சொல்லப்படுகிறது.

இரண்டாவது குகை இன்னும் உயரமானது. உள்ளே சுண்ணாம்புப் பாறை. சுண்ணாம்புப் பாறைகள் இருந்த இடங்கள் அரிக்கப்பட்டு உருவான குகைகள்தான் அவை. இரண்டாவது குகை வைணவர் களுக்கு. வெங்கடேஸ்வரா குகை என்று பெயர். அங்கே ராமனும்

யாக்கண்டி குகை

லட்சுமணனும் கோயில் கொண்டிருந்தனர். ஒரு எட்டு மாடிக்கட்டடம் அளவுக்கு உயரமாக இருந்தது குகையின் உட்கூரை.

மூன்றாவது குகைக்குள் ஒரு சிறிய கோயில் இருந்தது. பிரம்மேந்திரர் குகை என்று அதற்குப்பெயர். அதன்பின்பக்கம் நாலைந்து நபர்கள் தங்குமளவுக்கு அகலமான ஒருகுகை. ஆனால் குனிந்துதான் அங்கு வாழமுடியும். வெட்டூரி பிரம்மந்திரசாமி என்னும் துறவி அங்கே தங்கியிருந்து ஒரு காவியம் எழுதியிருக்கிறார். அங்கு தங்கியிருக்கும் ஒரு கிழவி அதைப் பராமரித்து வந்தாள்.

விசித்திரமான ஒரு உணர்வை அளித்தன அக்குகைகள். ஒரு பெரும் மிருகத்தின் வாயிலும் மூக்கிலும் நுழைந்து மீண்டது போல உணர முடிந்தது. மிருகம் அதை அறியும் என்றும் அது மௌனமாகக் காத்திருக்கிறது என்றும் தோன்றியது. குகைகள் உயிருடன் விழுங்கப்பட்டுவிட்ட உணர்வைத்தான் மீண்டும் மீண்டும் அளித்துக் கொண்டிருக்கின்றன.

- 4 -

இந்த குகைப்பயணத்தின் மிகமுக்கியமான ஓர் அம்சம் குகைகள் அருகருகே இல்லை என்பதுதான். ஆகவே குகைகள் இருக்குமிடங்களை நோக்கிச் செல்லும் வழியில் உள்ள வேறு இடங்களையும் பயணத்தில் சேர்த்துக் கொண்டோம். ஆனால் அதற்காக வழியை விட்டும் விலகிச்செல்ல முடியாது. யாக்கண்டி குகைகளை பார்த்த பின் நேராக விஜயவாடா. அதுதான் இலக்கு. விஜயவாடா வரை வேறு குகைகள் ஏதும் இல்லை. விஜயவாடாவிலும்கூட இயற்கையான குகைகள் ஏதும் இல்லை. ஆகவே வழியில் உள்ள சில இடங்களைச் சேர்த்துக்கொள்ளலாம் என்று திட்டமிட்டோம்.

வரும் வழியில் ஓங்கோல் என்ற சிறிய நகரம். ஓங்கோல் தமிழர்களுக்குத் தெரிந்த பெயர், ஓங்கோல் காளைகள் நம்மூரில் புகழ்பெற்றவை. இது புழுதிபடிந்த நகரம். ஆனால் ஆந்திரத்தின் சிறிய நகரங்கள்கூட பொருளாதார ரீதியான வளர்ச்சியின் பாதையில் இருக்கின்றன. நான்குவழிச்சாலைகள். நல்ல கடைவீதிகள். பெரிய பெரிய கடைகள். ஆனால் இன்னமும்கூட அதிகம் செலவில்லாமல் தங்க முடியும். நாங்கள் தங்கிய விடுதியில் மூன்று அறைகளுக்கு 1200 ரூபாய் செலவானது. அதில் எட்டுபேர் தங்கிக்கொண்டோம்.

நான் பயணக்கட்டுரை எழுதி முடிக்க பதினொரு மணி. என் மடிக்கணினி கார்த்திக்கின் உடைமை. அதில் ஆங்கில இ அடிக்க வில்லை. இ இல்லாத சொற்களாகத் தேடிப்பார்த்து அடித்தபோது என் மொழியே மாறிப்போனது. அவ்வப்போது வரும் இயை சேர்த்தேன். பிழைகள். அதை சரிபார்க்க முடியாமல் தூக்கம். எப்போதுமே எனக்கு என் எழுத்தைப் பிழை திருத்துவது பொறுமையை சோதிக்கச்செய்யும் வேலை.

அதன்பின் நண்பர்கள் புகைப்படங்களை அனுப்ப ஆரம்பித்தனர். குடிநீருக்காகக் கேட்டபோது அது காரில் இருக்கிறது என்றார்கள். கார் இருக்குமிடம் பூட்டப்பட்டிருந்தது. விடுதிக்காவலர் பக்கத்துக் கட்டடத்தில் இருந்தார். கூச்சலிட்டு அவரை வரவழைத்து ஒருவழியாகத் தண்ணீரைக் கொண்டுவந்து குடித்துவிட்டுப் படுத்தேன்.

காலை ஐந்து மணிக்கு எழுந்தேன். இப்பயணத்தில் காலையில் குளிப்பதை முதல் நாளுக்குப்பின் நிறுத்திவிட்டேன். காலையில் எங்குமே வெந்நீர் கிடைப்பதில்லை என்பது ஒரு காரணம். புழுதியிலும் வெயிலிலும் வதங்கிக் கசங்கி வந்துசேர்ந்ததும் குளித்து விட்டுப் படுத்தால் நன்றாக தூக்கம் வருகிறது என்பது இன்னொரு காரணம். விடுதிக்கு முன்னால் ஒருவர் டீக்கடை திறந்திருந்தார். டீ குடித்துவிட்டு விஜயவாடா கிளம்பினோம்.

வரும் வழியில் ஒரு சிறிய ஊரில் சாலையோரக்கடையில் சாப்பிட்டோம். ஆந்திரத்தில் பெசரெட் என்ற தோசை பிரபலம். நம்மூர் அடைதான். நாம் துவரம்பருப்பு அரைத்து செய்வதுபோல கடலைமாவு அரைத்துச் செய்கிறார்கள். மிகவும் ருசியான காலையுணவு. இரவுணவு வெறும் பழங்கள். ஆகவே காலையுணவின் சுவை அதிகம்.

வழியில் ஒரு பெருமாள் கோயில். கோபுரம் பெரியதாக இருப்பதைக் கண்டு உள்ளே சென்று பார்த்தோம். கருவறை பூட்டப்பட்டிருந்தது. உள்ளே சில பக்தர்கள் ஓய்வெடுத்துக் கொண்டிருந்தனர். நடுத்தரமான கோயில். சிற்பங்கள் என ஏதும் இல்லை. பதினாறாம் நூற்றாண்டில் விஜயநகர நாயக்கர்களால் கட்டப்பட்டது. பின்பக்கம் ஒரு கோபுரம் அடித்தளம் மட்டும் கட்டப்பட்டு அப்படியே விடப்பட்டிருந்தது.

விஜயவாடா செல்லும் முன் சென்ற ஊர் உண்டவல்லி குகைகள் (Undavalli Caves). விஜயவாடாவிலிருந்து பத்து கிலோமீட்டர் தள்ளி இருக்கும் இவை கி.பி. மூன்றாம் நூற்றாண்டைச் சேர்ந்த பௌத்த குகைகள். மணல்பாறையில் வெட்டப்பட்டவை. முதல் அடுக்கு முடிக்கப்படவில்லை. இரண்டாம் அடுக்கில் நான்கு கருவறைகள். அவற்றில் சிலைகள் இல்லை. மூன்றாமடுக்கில் மையக்கோயில்கள் காலியாக இருக்கின்றன.

இவை நெடுங்காலம் கைவிடப்பட்டுக் கிடந்தன என்றும் பின்னர் இப்பகுதியை ஆண்ட சாளுக்கியர் காலகட்டத்தில் வைணவத் தலமாக மாற்றப்பட்டன என்றும் சொல்லப்படுகிறது. புதியதாக ஒரு கருவறை பக்கவாட்டில் செதுக்கப்பட்டு அதனுள் இருபதடி நீளமான மிகப்பெரிய விஷ்ணு சிலை செதுக்கப்பட்டுள்ளது. நாமக்கல் குடைவரைக் கோயிலில் உள்ள விஷ்ணுவைப்போன்ற சிலை. அது

உண்டவல்லி குகைகள், குண்டூர்

புத்தர் சிலை என்று சிலர் சொல்வதுண்டு என்றாலும் சிலையின் எவ்வியல்பும் புத்தருக்குரியதல்ல. கழலணிகளும் கௌஸ்துபமும் பீதாம்பரமும் எல்லாம் விஷ்ணுவுக்குரியவை. மேலும் அக்குகை சமணக்குகையாகவே முன்னர் இருந்திருக்கிறது.

பதினாறாம் நூற்றாண்டு வரைக்கும் உண்டவல்லி குகைக்கோயில்கள் நாயக்க மன்னர்களால் பேணப்பட்டன. பின்னர் கைவிடப்பட்டன. இன்று வழிபாடு ஏதுமில்லாமல் தொல்லியல் துறைக் கட்டுப்பாட்டில் உள்ளது இந்த குகைக் கோயில். இங்கே புராதன சமணமதம் சார்ந்த சில பிராமி மொழிக் கல்வெட்டுகள் கண்டடையப்பட்டுள்ளன. மணற்பாறை உறுதியற்றது என்பதனால் இந்த குகைக்கோயில் அரிக்கப்பட்டு கிட்டதட்ட கரைந்த நிலையிலேயே உள்ளது.

மதிய உணவை உண்டவல்லியில் சாப்பிட்டுவிட்டு விஜய வாடாவுக்குள் இருக்கும் இரண்டு குகைக்கோயில்களைப் பார்க்கலா மென்று சென்றோம். உண்மையில் அவை மிகச்சிறிய குடைவரைகள். எவ்வகையிலும் முக்கியமற்றவை. இத்தகைய பயணங்களில் தொல்லியல்துறை குறிப்புகளை மட்டும் நம்பி இடங்களைத் தேர்வு செய்யக்கூடாது. கூடவே அந்த இடத்தைப்பற்றிய ஆய்வுகளையும் மேற்கொள்ள வேண்டும்.

அக்கண்ண மதன என்ற குடைவரைக்கோயில், விஜயவாடா

அக்கண்ண மதன என்ற குடைவரை நகர் நடுவே ஒரு பாறையில் உள்ளது. ஒற்றை அறை கொண்ட கோயில். ஆனால் வெளியே நிரந்தர மாகப் பூட்டு போட்டுப் பூட்டியிருந்தார்கள். இன்று பகலில் கிட்டதட்ட மூன்று மணி நேரம் விஜயவாடாவில் அந்தக் குடைவரையை விசாரித்து விசாரித்து காரிலேயே அலைந்தோம். நகரில் வாழும் எவருக்கும் அந்த இடம் பற்றி எதுவுமே தெரிந்திருக்கவில்லை. ஒருவழியாகக் கண்டுகொண்டபோது ஏமாற்றமாக இருந்தது. ஆனால் எதிர்பாராத அற்புதங்கள் போலவே எதிர்பாராத ஏமாற்றங்களும் பயணத்தின் பகுதியே.

விஜயவாடாவிலிருந்து நீண்ட பயணம் சட்டிஸ்கருக்கு. வழியில் ஏலூர் என்னும் நகரில் விடுதியில் அறை போட்டோம். ஏலூர் நெல்லை அளவுள்ள நகரம். ஆனால் பெரிய விடுதிகள் இருந்தன. நாங்கள் சிறிய விடுதிகளைப் பார்த்தோம். அவை சகிக்க முடியாதவை. ஒன்றரை மணி நேரத்தை செலவிட்டு தேடி ஒரு நடுத்தர விடுதியைப் போட்டோம். நான் குளித்துவிட்டு குறிப்பை எழுத ஆரம்பித்தேன்.

- 5 -

காலையில் ஏலூருக்கு (Eluru) அருகே உள்ள கொல்லேறு ஏரியை (Kolleru Lake) பார்க்கச்சென்றோம். ஆந்திர மாநிலத்தின் மிகப்பெரிய ஏரி இதுவே. இந்தியாவில் இரண்டாவது பெரிய ஏரி இது என்கிறார்கள். 245 சதுர கிலோமீட்டர் அகலம் கொண்ட இந்த ஏரி இயற்கையாக உருவானது. தொல்காலத்து பூகம்பம் ஒன்றின் விளைவு இது என்கிறார்கள். கிருஷ்ணா கோதாவரி நதிகளுக்கு நடுவே உள்ள ஒரு பெரும் பள்ளம் இது. கிட்டதட்ட குமரிமாவட்டம் அளவுள்ள ஏரி. இந்த இருபெரும் நதிகளின் வெள்ளப்பெருக்குநீர் இங்கே தேங்குகிறது. இதைத்தவிர பலநூறு சிறிய ஓடைகளும் சிற்றாறுகளும் இதில் கலக்கின்றன.

இந்த ஏரிக்குள் லங்கா என்று தெலுங்கில் சொல்லப்படும் ஆற்றிடைக் குறைகள் நிறைய உள்ளன. கடந்த நூறாண்டுக்காலமாக இயற்கையின் இந்த பெரும் சொத்து அரசாலும் மக்களாலும் சூறையாடப்படுகிறது. லங்காக்களுக்குச் செல்வதற்காக ஏரியைத் தூர்த்துப் போடப்பட்ட சாலைகள் முக்கியமான அழிவுச்சக்திகள். சாலைகளை ஒட்டி ஏரிநீரை வெளியேற்றி வடிகட்டி வண்டல் நிலமாக ஆக்கி வயல்வெளிகள் உருவாக்கப்பட்டுள்ளன. ஏரியின் பத்துசதவீதம் இப்படி வயல்களாக மாறிவிட்டிருக்கிறது. ஏரியின் நாற்பது சதவீதப் பரப்பு தனியாரால் ஆக்கிரமிக்கப்பட்டு குட்டைகளாக ஆக்கப்பட்டு இறால்வளர்ப்புக்குப் பயன்படுத்தப்படுகிறது. எஞ்சிய நீர்ப்பகுதியில்கூட பெரும்பகுதி பாசியும் நீர்த்தாவரங்களும் மண்டி சதுப்பாகவே உள்ளது. நூறாண்டுகளுக்கும் மேலாக இந்த ஏரி தூர் வாரப்படவில்லை.

ஆனாலும் மகத்தான நீர்வெளி இது. மறு எல்லை கண்ணுக்குத் தெரியாது. நீர் பெருகி அலையடித்துக் கிடப்பதைப் பார்க்க பிரமிப்பாகவும் பரவசமாகவும் இருந்தது. இந்தியாவின் மிகப்பெரிய

கொல்லேறு ஏரி, ஏலூரு, ஆந்திரப் பிரதேசம்

பறவைச்சரணாலயங்களில் ஒன்று இது. லட்சக்கணக்கான நீர்ப்பறவைகள் இங்கே வாழ்கின்றன. நீரில் வெண் தாமரைகளும் கொக்குகளும் கண்ணெட்டும் தொலைவு வரை பூத்துப்பரவியிருந்தன. இப்பகுதி மக்களுக்கு எருமைவளர்ப்பு முக்கியமான தொழில். ஏரியெங்கும் பல்லாயிரக்கணக்கான எருமைகள். எங்களை பெரிய கருவிழிகளால் ஐயத்துடன் பார்த்தபடி எருமைக்கன்று ஒன்று தயங்கியது. அப்பகுதிக்கு அதிகம் சுற்றுலாப்பயணிகள் வருவதில்லை போலும்.

சாலைவழியாக இருபக்கமும் விரிந்து கிடந்த நீர்ப்பரப்பை வேடிக்கை பார்த்துக்கொண்டு நடந்தோம். இளவெயில் நீரின் மீது பளபளத்தது. மேகமே இல்லாத அதிதுல்லிய வானம். பறவைகளின் ஒலி மட்டும் நிறைந்திருந்த காற்று. நீரின் பாசிமணம். அந்தக் காலை நடை வாழ்க்கையில் மிக அபூர்வமாக நிகழக்கூடிய தருணங்களில் ஒன்று.

கோலூருலங்கா என்ற ஊருக்குச் சென்றோம். ஏழுவண்ணங்களும் எடுப்பாகப்பூசப்பட்ட ஒரு கோயில். ஊரே இறால்பண்ணைகளை நம்பி வாழ்ந்தது. இட்லி விற்கும் பெண்மணியிடம் இட்லியும் போண்டா உருளைகளும் வாங்கிக்கொண்டோம். மைதாமாவை உருட்டி எண்ணெயிலிட்டு எடுக்கும் ஒருவகை உருண்டைகள் ஆந்திரத்தின் முக்கியமான சிற்றுண்டி. தொட்டுக்கொள்ள கடலைச் சட்டினி உண்டு. அதற்கு அவ்வளவு காரம் இருக்கும் என எவரும் எதிர்பார்க்கமாட்டார்கள்.

குகைகளைப் பார்ப்பதற்கான எங்கள் திட்டத்தில் நாங்கள் செல்ல வேண்டிய அடுத்த இடம் குண்டுப்பள்ளி. ஆனால் அந்த ஊரைப்பற்றி

எவரிடம் கேட்டாலும் தெரியவில்லை. ஆகவே அதற்கு அருகே இருந்த ஊர்களை விசாரித்து விசாரித்துச் சென்றோம். அறுபது கிலோ மீட்டர் தொலைவில் பல திசைதிரும்பல்களுக்குப்பின் குண்டுப்பள்ளி குகைகளைப்பற்றித் தெளிவான வழிகாட்டலை அடைந்தோம். பொதுவாக எங்கள் பிற பயணங்களில் எதிலும் இந்த அளவுக்குத் தேடியலைந்ததில்லை. குகைகள் காட்டுப்பகுதிகளில் இருந்தன. அங்கே பிரபலமான ஒரு புண்ணியத்தலம் இல்லை என்றால் எவருக்கும் தெரிந்திருக்காது. இப்படி விசாரித்து விசாரித்துச்செல்வதே இந்தப்பயணத்தின் சிறப்புக்கூறு என்று தோன்றியது.

குண்டுப்பள்ளி குகைகள் (Guntupalli Caves) இயற்கையாகவே உருவானவை. ஆனால் பின்னர் அவை பௌத்தர்களால் கி.மு. இரண்டாம் நூற்றாண்டிலேயே கையகப்படுத்தப்பட்டு பெரும் பல்கலைக்கழகமாக வளர்த்தெடுக்கப்பட்டன. ஆந்திரத்தின் முக்கியமான பௌத்தப் பல்கலை இது. அஜந்தா நாளந்தா பல்கலைக்கழகங்களுக்கு நிகரானது. ஆந்திர அஜந்தா என இது அழைக்கப்படுகிறது. கிட்டதட்ட அஜந்தா போன்ற அமைப்பு கொண்டது. லாடவடிவமான ஒரு மலையில் இவை செதுக்கப் பட்டுள்ளன. ஆனால் இந்தப்பாறைகள் எல்லாம் மணற்பாறைகள். ஆகவே பெரும்பாலான குகைகள் உடைந்து சரிந்துவிட்டன.

குண்டுப்பள்ளி குகைகளில் முக்கியமான இடம் அதன் மையமாக உள்ள மகாசைத்ய குகைதான். இடியாமல் செம்மையாக உள்ள சிறிய குகை. அதன் கூரைகள் உத்தரங்களும் சட்டங்களும் செதுக்கப்பட்டு அரைக்கோள உட்குடைவாக அமைக்கப்பட்டுள்ளன. அதன் நடுவே அரைக்கோள வடிவமான தூபி உள்ளது. சிற்பங்கள் ஏதும் இல்லை. தேரவாத பௌத்தத்தின் குகை அது.

பௌத்தம் அழிந்த பின் அடர்ந்த காட்டுக்குள் எவரும் அறியாமல் கிடந்த குண்டுப்பள்ளி குகைகள் 1850ல் பிரிட்டிஷ் நில அளவைத் துறையினரால் கண்டுபிடிக்கப்பட்டன. அதன்பின் அங்கே உள்ளூர்க் காரர்கள் வர ஆரம்பித்தார்கள். அந்த தூபியை ஹர்மலிங்கேஸ்வரர் என்று பெயரிட்டு சிவலிங்கமாக ஆக்கிவிட்டனர். வாசலில் ஒரு நந்தியும் நிறுவப்பட்டுவிட்டது. பின்னர் இந்தியத் தொல்பொருள்துறை சைத்யத்தைக் கைப்பற்றி பௌத்த தலமாகவே பாதுகாத்து வருகிறது.

இடிந்த குகைகளில் பல விகாரங்கள் உள்ளன. அஜந்தா குகைகளைப் போலவே ஆசிரியர்கள் தங்கும் அறைகள் கொண்ட குகைகள். சன்னல்களும் நீர் வழியும் வழிகளும் கொண்ட குகையறைகள். வகுப்புகள் நடக்கும் விரிந்த கூடங்கள். ஒரு மலைமீது பல தூபிகள் உள்ளன. பௌத்த ஞானம் நிறுவப்பட்டதன் அடையாளமாக நாட்டப் படுபவை தூபிகள். சாஞ்சி சாரநாத் தூபிகள் புத்தர் வந்து நின்று தர்மப்

குண்டுப்பள்ளி குகைகள் - பௌத்த ஸ்தூபம்

பிரபோதனம் செய்த இடத்தில் அமைந்தவை. புத்தர் தெற்கே அமராவதி வரை வந்திருக்கிறார் என்பது ஐதீகம். அமராவதியில் வெண்பளிங்காலான ஒரு தூபி இருந்தது. அது இடிந்து விட்டது. இடிந்த சிதிலத்தின் சிற்பங்கள் சென்னை அருங்காட்சியகத்தில் உள்ளன.

இந்தப் பல்கலையில் பல்வேறு பௌத்த ஞானிகள் வந்திருக்கலாம். அவர்களின் ஞானப்பிரபோதனத்தின் குறியீடாக அமைக்கப்பட்ட ஏராளமான தூபிகள் இங்கே இருக்கின்றன. சில தூபிகள் பெரியவை. சில மிகச்சிறியவை. ஒரே ஒரு தூபிமட்டுமே முழுமையான அரை வட்டவடிவில் உள்ளது. இன்னொரு குன்றின் உச்சியில் வெண்பளிங்குக்கல்லால் ஆன சற்றே சிறிய தூபி முழுமையாகவே உள்ளது. அதன் சுற்றுச்சுவர் சுட்டசெங்கல்லால் ஆனது. அசோகர் காலத்தில் அந்த தூபி கட்டப்பட்டிருக்கலாம் என்று தெரிகிறது.

கொளுத்தும் வெயிலில் மூன்றுகுன்றுகளின் உச்சி வழியாகச் செல்லும் இணைப்புப்பாதையில் நடந்து மொத்த குகைகளையும் பார்த்தோம். பிறிதொரு சந்தர்ப்பத்தில் அப்படி வெயிலில் நடக்கச்சொன்னால் நடந்திருக்க மாட்டோம். பயணத்தின்போது மனம் அதன் உச்சகட்ட அவதானிப்பு நிலையில், உச்சகட்ட விடுதலைநிலையில் இருக்கிறது.

குண்டுப்பள்ளியில் இருந்து கிளம்பும்போது மாலை மூன்றரை ஆகிவிட்டது. குண்டுப்பள்ளியைச்சுற்றி அடர்ந்த காடு. மழைக்காடு அல்ல. உயரம் குறைவான மரங்கள் கொண்ட சோலைக்காடு. அங்கே சில வீடுகள் இருந்தன, ஆனால் கடைகளேதும் இல்லை. அடுத்த சிறுநகர் சென்றாலொழிய உணவு கிடைக்காது என்றார்கள்.

பௌத்த குண்டுப்பள்ளி குகைகள், ஆந்திரப் பிரதேசம்

மாலை ஐந்து மணிக்கு அருகே உள்ள ஊரின் கடைவீதிக்கு வந்து சேர்ந்தோம். நல்லவேளையாக அந்நேரத்திலும் சாப்பாடு கிடைத்தது. ஆந்திரத்தில் நுழைந்தபின் இன்றுவரை மோசமான உணவை உண்ண நேரிட்டதில்லை. என் பயணத்தில் எப்போதும் ஆந்திரமாநிலத்தில் மோசமான உணவை உண்ட அனுபவமே இல்லை. ஆந்திரத்தில் உள்ள சாம்பார், பருப்புக்கறி மட்டுமல்ல மோர் கூட அபாரமான மணமும் சுவையும் கொண்டது.

ஒருமுறை நண்பரிடம் அதைப்பற்றி கேட்டேன். அவர் மளிகைமொத்த வணிகம் செய்யும் குடும்பத்தைச்சேர்ந்தவர். அவர் சொன்ன காரணம் அதிர்ச்சி அளித்தது. தமிழகத்தில் கலப்படமில்லாத மளிகைப் பொருட்கள் கிடைக்கவே கிடைக்காது. ஜெயலலிதா வீட்டுக்கு சமையலுக்குத்தேவை என்றால்கூட கிடைக்காது. உணவுப்பொருளில் கலப்படம் என்பது தமிழகத்தில் மிகச்சாதாரணமான ஒரு நிகழ்வு. ஒரு பெரும் தொழில் அது.

மாலை மயங்கும் நேரத்தில் ஆந்திரத்தின் வடக்கு எல்லை நோக்கிச் சென்றுகொண்டிருந்தோம். எங்கள் இலக்கு பத்ராசலம் சென்று தங்குவது. இரவு ஏழு மணிக்குள் சென்று விடலாமென்று நினைத் தோம். ஆனால் எட்டுமணிக்கே வந்துசேர முடிந்தது. திருமலை திருப்பதி தேவஸ்தானத்தின் தங்கும் விடுதியில் மலிவான, ஆனால் வசதியான அறைகள் வாடகைக்குக் கிடைத்தன. இரவில் அறைக்கு நடந்தபோது குளிரை உணர்ந்தேன். விந்திய மலை நெருங்குகிறது என உணர்த்தும் குளிர். அருகே ஓடும் கோதாவரியின் குளிர்.

- 6 -

காலையிலெழுந்து கிளம்பியபோதே கிருஷ்ணன் சொல்லிவிட்டார், இன்று குகைகள் ஏதும் இல்லை. சட்டிஸ்கர் நோக்கிய நெடும்பயணம் மட்டும்தான் என்று. ஆகவே அதற்கான மனநிலையுடன்தான் கிளம்பிச் சென்றோம். குளிர் இருந்தது. நான் முதல்முறையாக என் கோட்டை அணிந்து கொண்டேன். சென்ற முறை காட்ஜெட் முத்து என்று சான்றோரால் அன்புடன் அழைக்கப்படும் ஜெர்மன் முத்துக்கிருஷ்ணன் பயணத்துக்காகக் கொண்டுவந்த எடையில்லாத செயற்கைக் கம்பிளி கோட்டு. இதமான வெம்மையுடன் அது உடலை அணைத்திருந்தது.

புழுதி படிந்த சாலை. அது ஒரு தேசிய நெடுஞ்சாலை என்று அறிவிப்புகள் சொல்லின. ஆனால் எந்த ஒரு கிராமச்சாலையை விடவும் மோசமான பராமரிப்பு. குண்டும்குழியுமான சாலையில் மணிக்குப் பத்து கிலோமீட்டர் வேகத்தில்தான் செல்ல முடிந்தது. ஆனால் சாலையில் அனேகமாக வாகனங்களே இல்லை. ஒருமணி நேரத்துக்கு ஒரு வண்டி எதிரே வந்தால் அதிசயம். எப்போதாவது வரும் லாரிகள் படகுகள் போல அலையடித்து அசைந்து வந்தன.

சட்டிஸ்கரின் மாவோயிஸ்டு தீவிரவாதம் அப்பகுதியின் வளர்ச்சியை அப்படியே உறையச்செய்துவிட்டது. அரசு நலத்திட்டங்களோ வளர்ச்சித்திட்டங்களோ மக்கள் வாழ்க்கையைப் பெரிதாக மாற்றி விடப்போவதில்லைதான். ஆனால் சுதந்திரமான சந்தைகள், வணிகப் போக்குவரத்து தடைசெய்யப்படும்போது வாழ்க்கை அப்படியே உறைந்துவிடுகிறது.

கண்ணுக்கெட்டிய தொலைவுவரை, நிலம் காலியாகவே கிடந்தது. கிராமங்களோ குடியிருப்புகளோ தெரியவில்லை. மிகச்சில இடங்களில்தான் நிலத்தில் விவசாயம் செய்யப்பட்ட தடயம்

தெரிந்தது. நெல்லின் கதிர்கள் மட்டும் அறுவடைசெய்யப்பட்டு வைக்கோல்தாள் அப்படியே விடப்பட்டிருந்தது. அது பழங்குடிகள் வேளாண்மை செய்யும் விதம். காட்டுநிலத்தில் விதைத்து அறுவடை மட்டும் செய்துவிட்டு விட்டுவிடுவார்கள். அவர்களின் கிராமங்கள் தொலைவில் இருக்கலாம். அவற்றுக்குச் செல்லும் செம்மண் சாலைகள் பிரிந்து சென்றன.

வழியில் இந்திராவதி என்ற ஆற்றைக் கண்டோம். தெளிந்த நீர் சுழித்தோடியது. இருபக்கமும் விரிந்த குறுங்காடு. மனிதசலனமே இல்லாத இடம். பாறைகளில் அமர்ந்து சிறிதுநேரம் ஆற்றையே பார்த்துக்கொண்டிருந்தோம்.

சட்டிஸ்கரின் இப்பகுதி மாவோயிஸ்டு தீவிரவாதிகளின் பிடியில் இருந்தது. சாலையோரங்களில் ஐந்து கிலோமீட்டருக்கு ஒருமுறை ஆயுதப்படை முகாம்கள் வந்துகொண்டிருந்தன. மணல்மூட்டைகள் அடுக்கப்பட்ட காவல் மாடங்களில் ஏ.கே. 47 ஏந்திய காவலர்கள் காவலிருந்தனர். சுருள்முள் கம்பிவேலி போடப்பட்டு தேடுவிளக்குகள் பொருத்தப்பட்ட சுற்றுப்புறம். உள்ளே பனியன் அணிந்த காவலர்கள் இருந்தார்கள். ஆனால் எங்குமே எங்களை நிற்கச்சொல்லவோ சோதனை செய்யவோ இல்லை.

பல கிலோமீட்டர் தூரம் ஊர்ந்து ஊர்ந்து சென்றபின் ஒரு சிறிய ஊர்மையத்தை அடைந்தோம். பெசரெட்டும் தோசையும் இட்லியும் சாப்பிட்டோம். சாலை இருக்கும் நிலையில் எங்கே உணவு கிடைக்கு மெனத் தெரியாதாகையால் நன்றாகவே சாப்பிட்டோம். அப்பகுதியின் மாவோயிஸ்டு ஆதிக்கம் பற்றி கேட்டோம். மாவோயிஸ்டுகள் இன்னும் கிராமங்களில் இருக்கிறார்கள் என்றாலும் சென்ற சில வருடங்களில் அவர்களின் மையங்கள் அனேகமாக முழுமையாகவே அழிக்கப்பட்டுவிட்டன என்று சொன்னார்கள். இப்போது பெரிய பிரச்சினைகள் இல்லை. கிராமப்புறப் போக்குவரத்து சீரடைந்து வருகிறது. பள்ளிகள் செயல்பட ஆரம்பித்துள்ளன.

சாலையோரங்கள் முழுக்க மாவோயிஸ்டுகளால் கொல்லப்பட்ட காவலர்களுக்கு சிமிண்ட் சிலைகள் வைக்கப்பட்டுள்ளன. அவர்கள் கொல்லப்பட்ட இடங்களில் அச்சிலைகள் வைக்கப்பட்டிருப்பதனால் பலசமயம் அத்துவானக்காட்டில் யாரோ நிற்பது போலத் தெரியும். அருகே செல்லும்போதுதான் அவை சிலைகள் என்று புரியும். நூற்றுக்கணக்கான காவலர்கள் கொல்லப்பட்டிருக்கிறார்கள்.

வண்டியின் வேகத்தைப்பற்றிய வேடிக்கைகள் பேசியபடி சென்றோம். கிட்டதட்ட காலால் ஓடும் வேகம். புழுதி மேகம்போல எங்கள் பாதையை மறித்தது. இன்னொரு சிறிய சந்திப்பு. அங்கே டீ

குடிக்கும்போது சாப்பிட ஏதாவது வாங்கிக்கொள்ளலாம் என்றேன். ‘இல்லை சார், இனிமேல் ஓட்டல் எல்லாம் வரும், வாங்கிக்கலாம்’ என்றார் சேலம் பிரசாத். அப்படி ஒருவர் சொன்னால் உடனே பிடிவாதமாக உணவு வாங்கிக்கொள்வது என் வழக்கம். ஏனென்றால் அப்படி நம்பி ஏமாந்து பசித்துக்கிடந்த அனுபவம் நிறையவே உண்டு. பெரும்பாலும் எதையும் யோசிக்காமல் ‘அப்புறமா பாத்துக்கலாமே’ என்பார்கள் நண்பர்கள். தோசை, இட்லிதான் இருந்தது. வாங்கிக் கொண்டோம்.

மேலும் பயணம் செய்தபோதுதான் அது எப்படிப்பட்ட நல்ல முடிவு என தெரிந்தது. எங்கும் மனித சஞ்சாரமே இல்லை. காவலர் குடியிருப்புகள், காவலர் சிலைகள், புழுதிபடிந்த செடிகள், வாடிநிற்கும் மரங்கள், சிறிய குன்றுகள், அமைதி தேங்கிய காட்டு வெளி. மதியம் இரண்டரை மணிக்கு ஒரு சிறிய குட்டைக் கரையில் காரை நிறுத்திவிட்டு இறங்கிச்சென்று நிழலில் அமர்ந்து இட்லி தோசையை சாப்பிட்டோம்.

தண்டேவாடா (Dantewada) என்ற ஊரை அடையவேண்டும். புராணங்களில் சொல்லப்படும் தண்டகாரண்யம். இன்று மாவோயிஸப் பிரச்சினைக்காக இந்தியா முழுக்கப் பேசப்படும் பகுதி. ஒரு சில மனிதர்கள் தென்பட ஆரம்பித்தனர். நாங்கள் பார்த்த அந்த சந்திப்பு ஏராளமான கிராமங்களுக்கு முக்கியமான நகர்மையம் என்பதை ஊகிக்க முடிந்தது. தென்படுபவர்கள் எல்லாருமே மூட்டைகள் வைத்திருந்தனர். தானியங்கள் மளிகைகள் வாங்கிக் கொண்டு கால்நடையாக கிராமங்களுக்குச் செல்கிறார்கள்.

இப்பகுதி மக்கள் இருவகை. சித்தியன் இன மக்கள் கூரிய முகமும் செம்பட்டைநிறமும் கொண்டவர்கள். கோண்டு மொழிக் குடும்பத்தைச் சேர்ந்த பழங்குடிகள். மாநிறமான சீனர்கள் போல தோற்றம். இருசாராருமே குள்ளமானவர்கள். பெண்கள் நாலடி இருந்தால் அதிகம்.

திடீரென்று ஓரிடத்தில் பெருங்கூட்டத்தைக் கண்டோம். அறுநூறு எழுநூறு பேர் இருப்பார்கள். எல்லாருமே பழங்குடிகள். ஒரு சந்தை போலத் தெரிந்தது. பின்னர் கவனித்தோம், கோழிச்சண்டை நடந்து கொண்டிருந்தது. கோழிகள் ஆங்காங்கே கட்டிப்போடப்பட்டிருந்தன. மரத்தாலான ஒரு வளைப்புக்குள் கோழிகள் சண்டைக்கு விடப்பட்டன. சுற்றி கூடி நின்றவர்கள் கைகளில் ரூபாய்களை ஆட்டிக் காட்டி கூச்சலிட்டுத் துள்ளிக்குதித்து உற்சாகமாக ஆர்ப்பரித்தனர். ‘சிவப்புக்கு ஐம்பது! வெள்ளைக்கு எழுபது!’

நிரந்தரமான அரங்கு அது. சனிக்கிழமை மாலைதோறும் கோழிச் சண்டை உண்டாம். கோழிச்சண்டை மைதானத்தைச் சுற்றி பலவகை வணிகர்கள். சுண்டல், பக்கோடா முதல் துணிகள், பிளாஸ்டிக் கறுப்புக்கண்ணாடிகள், சவுரிகள் வரை விற்கப்பட்டன. ஆனால் டீ கிடைக்கவில்லை. நாங்கள் உள்ளே போக அனுமதித்தார்கள். அரங்குக்குள் கோழிகளின் அருகிலேயே சென்று அமர்ந்தோம். விருந்தாளிகள் என்பதனால் தனி கவனிப்பு.

கோழிகளின் கால்களில் கூரிய கத்திகள் கட்டப்பட்டன. மின்னும் கத்திகள். கோழிகளின் உரிமையாளர்கள் இரு கோழிகளையும் முதலில் முகத்தோடு முகம் காட்டிக் கொத்தச்செய்கிறார்கள். கோழிகள் பிடரி சிலிர்த்துச் சீறியதும் கீழே விடுகிறார்கள். தொழில்முறை மல்லர்களைப் போல அவை பாய்ந்து பாய்ந்து சண்டையிட்டன. சண்டையின் ஒரு கட்டத்தில் ஒருகோழி கழுத் தறுபட்டுத் தொய்ந்து விழுகிறது. ஒரு வெள்ளைக்கோழி ஒரே தாவலில் இன்னொரு கோழியை வீழ்த்தியதைக் கண்டேன். கொல்லப்பட்ட கோழிகள் குருதி வழிய எடுத்துப்போடப்படும்போதுதான் அந்தக் கத்திக்காயம் எவ்வளவு ஆழம் எனத் தெரிந்தது. காய்பிளந்தது போல இருந்தது. கோழிச்சண்டையின் உற்சாகமும் வேகமும் பிடித்திருந்தாலும் அந்த ரத்தம் கொஞ்சம் மனவிலகலை உருவாக்கியது. செத்த கோழியின் வாலின் இறகைப் பிடுங்கி வென்றவன் சேகரித்துக்கொள்வதைக் கண்டேன். நினைவுச்சின்னமாகக் கொண்டுசெல்வான் போல. ஒருநாளில் நூற்றுக்கணக்கான கோழிகள். ஒரேசமயம் நான்கு கோழிகள் கூட சண்டையிட்டன.

கிளம்பி தண்டேவாடா வந்தோம். மேலும் செல்லவேண்டாம், இரவில் பயணம் செய்வது நல்லதல்ல என்றார்கள். ஆகவே ஓர் விடுதியில் தங்க முடிவெடுத்தோம். இப்பகுதியில் கறுப்புக்கண்ணாடி மாட்டிய போலீஸ் சாயல்கொண்ட மனிதர்கள் பைக்குகளில் ஆங்காங்கே தென்படுகிறார்கள். இன்னும் அனல் அணையாத மண் இது.

- 7 -

இன்று காலை தண்டேவாடா விடுதியில் எழுந்தோம். காலையில் முதல் செய்தியே நேற்று நாங்கள் டீ குடித்த இடத்தருகே ஒரு போலீஸ்-மாவோயிஸ்டு மோதலில் ஒரு மாவோயிஸ்டு கொல்லப் பட்டார் என்பதுதான். கொஞ்சம் பயமாகத்தான் இருந்தது. இந்த தண்டகாரண்யக் காடுகள் போல உயிரசைவு இல்லாமல் பிரமித்து நிற்கும் மரங்களின் வரிசையை நான் எங்கும் கண்டதில்லை. மனத்தை பிரமிக்கச்செய்யும் மௌனம் நிறைந்து கனத்து நிற்கும் காடு.

காலையில் கிளம்பி பர்சூர் (Barsur) என்ற ஊருக்குச் செல்ல ஆரம்பித்தோம். தண்டேவாடாவில் இருந்து 35 கிலோமீட்டர் தொலைவுதான். ஆனால் வழியில் சாலை மாறிவிட்டது 12 கி.மீ. தள்ளிச்சென்றபின்னர்தான் உண்மை தெரிந்தது. ஆனால் இப்பகுதியில் 12 கி.மீ. செல்ல ஒருமணி நேரம் ஆகும். திரும்பி வந்தபோது இன்னொருமணி நேரம் வீணாகியது. சரி வந்தது வந்தோம் காலையுணவை முடிப்போம் என்று இட்லி சாம்பார் சாப்பிட்டோம்.

இருபக்கமும் பெரிய மரங்கள் சூழ்ந்த காடுகள் வழியாகச் சென்றோம். இந்திய வரைபடத்தில் இப்பகுதியில் ஊர்களே காட்டப்படவில்லை. அது ஏதோ பிழை என்று கிருஷ்ணன் சொல்லிக்கொண்டிருந்தார். உண்மையிலேயே ஊர்கள் இல்லை. கோடையில் காய்ந்து புழுதிபூசி நின்ற மரங்கள் அடர்ந்த காடு மட்டும்தான்.

ஆனால் காட்டில் எந்த மிருகத்தையும் நாங்கள் பார்க்கவில்லை. ஒரே ஒரு பன்றி மட்டும் ஒருமுறை சாலையைக் கடந்து சென்றது. ஒரு சில இடங்களில் சாலையை செப்பனிட்டுக்கொண்டிருந்தார்கள். அவர்களுக்கு ஏ.கே. 47 ஏந்திய காவலர்கள் காவல் நின்றனர். பல இடங்களில் காவலர்கள் சாலையில் கண்ணிவெடிகளுக்கான சோதனை

செய்துகொண்டிருந்தனர். வனமறைவு உடை அணிந்து தோளில் குண்டுப்பட்டைகள் அணிந்த காவலர். கணிசமானவர்கள் வடகிழக்கு மாகாணத்தவர் போலத் தெரிந்தனர்.

அச்சம் ஒரு கண்ணுக்குத்தெரியாத துணைவன் போல கூடவே வந்தது. அச்சத்தை வெல்ல சிறந்த வழி என்பது வேடிக்கையாக அந்த அச்சத்தைப்பற்றியே பேசிக்கொள்வதுதான். வேடிக்கையும் சிரிப்புமாகச் சென்றோம்.

பர்சூருக்கு மூன்று மணிநேரத்தில் சென்று சேர்ந்தோம். பர்சூர் சட்டிஸ்கரின் வரலாற்றில் மிக முக்கியமான ஓர் ஊர். கி.பி. பன்னிரண்டாம் நூற்றாண்டு வரை பர்சூர் மிகமுக்கியமான ஒரு நகரமாக இருந்திருக்கிறது. பின்னர் கைவிடப்பட்டு மெல்ல அழிந்து மறைந்து சிற்றூராக மாறியது. பர்சூரைச்சுற்றி ஐந்து கிலோமீட்டர் தொலைவுக்குள் நூறு கோயில்கள் உள்ளன. இங்கே தொடர்ந்து அகழ்வாராய்ச்சி நடந்துகொண்டிருக்கிறது.

பர்சூர் தொல்பொருளியலில் ஆர்வமுடையவர்கள் அன்றி வேறு எவருக்குமே தெரியாத இடமாகவே இருக்கிறது. சமீபகாலமாகத்தான் அரசு இப்பகுதியை உரியமுறையில் பாதுகாத்து, சுற்றுலா மையமாக ஆக்க முயல்கிறது. பர்சூரின் மைய ஆலயத்தின் அருகே ஒரு பந்தல் போடும் வேலைகள் நடந்துகொண்டிருந்தன. மறுநாள் அங்கே உதித்நாராயணன் பாடும் ஒரு இசைநிகழ்ச்சி நடக்கப்போகிறது என்றார்கள்.

பர்சூர் நாக வம்சத்தைச்சேர்ந்த பழங்குடி மன்னர்களின் அரசாட்சி நிகழ்ந்த தலைநகரமாக இருந்திருக்கிறது. இந்த நகரம் கி.பி. நான்காம் நூற்றாண்டில் அமைந்திருக்கலாம் என்கிறார்கள். வரலாற்றில் நாகவன்ஷி என்று இந்த வம்சம் குறிப்பிடப்படுகிறது. பின்னர் காகதீய மன்னர்களால் இந்நகரம் கைப்பற்றப்பட்டது. நாகவன்ஷி வம்சம் காகதீயர்களுக்குக் கீழே ஒரு சிற்றரசாக நீடித்தது.

இப்பகுதியில் எங்கும் சிலைகளும் இடிபாடுகளும்தான் உள்ளன. ஆனால் அனேகமாக எல்லாக் கட்டடங்களும் இடிந்த நிலையில்தான் உள்ளன. முதல் பேராலயம் சிவன்கோயில். ஆனால் கருவறையில் ஒன்றும் இல்லை. எங்கிருந்தோ பொறுக்கிய ஒரு சிறிய பிள்ளையார் சிலையையும் அம்மன் சிலையையும் வைத்து இங்குள்ள நாகர் பழங்குடியினர் வழிபட்டு வருகிறார்கள். கோயில் ஒரே அறை கொண்டது. கொண்டை வடிவ நாகர பாணி கோபுரம் இருபதடி உயரம் கொண்டது. கச்சிதமாகக் கட்டப்பட்ட கோபுரம். கஜுராகோ ஆலயங்களை நினைவுறுத்தியது அது.

மாமா பாஞ்சா கோயில், பர்சூர்

அப்பகுதியில் சுற்றிச்சுற்றி வந்து கோயில்களைப் பார்த்தோம். மாமா பாஞ்சா கோயில் என இப் பகுதி பழங்குடிகளால் அழைக்கப் படும் கோயில் அனேகமாக இடிந்து விட்டது. கோயிலுக்குள் இரண்டு பிள்ளையார் சிலைகள். ஒரு சிலை எட்டடி உயரமானது. இன்னொரு சிலை நான்கடி. மாமா மருமகன் பிள்ளையார் என இவற்றைச் சொல்கிறார்கள்.

விசித்திரமான பிள்ளையார். சதுர வடிவம் மழுங்கியது போல ஒரு ஒட்டுமொத்த வடிவம். நவீனச் சிற்பக்கலையில் விதவிதமாகச் செய்துபார்க்கப்படும் பிள்ளையார் களை நினைவுறுத்தின அவை.

பழைய நாகர்களின் வம்சத்தைச் சேர்ந்த பழங்குடிச்சிறுவர்கள் வந்து ஆர்வமாக வேடிக்கை பார்த்தனர். கரிய மெலிந்த பிள்ளைகள். அழுக்கும் கிழிசலுமான உடை. கையிலிருந்த பிஸ்கெட் பாக்கெட்டு களைக் கொடுத்தோம். இவர்களின் முன்னோர்களில் எவரோ இந்தக் கோயிலைக் கட்டியிருக்கலாம் என நினைத்துக் கொண்டேன்.

பொதுவாகவே இப்பகுதியின் சிற்பங்களுக்கு ஒரு தனித்தன்மை இருக்கிறது என்று நினைத்துக்கொண்டேன். அவை தேர்ந்த கைகளால் செதுக்கப்பட்ட பிற்காலச் சிற்பங்கள் போல இல்லை. பழங்குடிகளின் சிலைகள் போல ஒரு மூர்க்கமான, பண்படாத அழகு அவற்றில் தென்பட்டது. மெதுவாக அந்த எண்ணம் உறுதிப்பட்டது. பர்சூர் இந்தியச்சிற்பக்கலையை ஆராய்பவர்களுக்கு ஒரு முக்கியமான இடம். பழங்குடிக்கலை மெல்ல வளர்ந்து இந்தியச் சிற்பக்கலையின் அடித்தளமாக அமைவதை இங்கே காணலாம்.

பட்டிஷ ஆலயம் என்றழைக்கப்பட்ட சிவாலயம் கோபுரம் மட்டும் இடிந்த நிலையில் உள்ளது. அதனருகே சந்திராவதி ஆறு ஓடுகிறது. பட்டீசரா என்று நினைத்துக்கொண்டேன். சிவபெருமானின் சிலை கருவறை முகப்பில் செதுக்கப்பட்டிருந்தது. சமபங்க நிலையில் நிற்கும் சிவன் சிலையை இப்போதுதான் பார்க்கிறேன். முதலில் பெருமாள் என்றுதான் நினைத்தேன். ராஜமாணிக்கம்தான் அது சிவன் என்று சொன்னார். கையில் உடுக்கும் சூலமும் இருந்தன. கீழே நந்தி

பட்டிஷ ஆலயம், பர்சூர்

பட்டிஷ ஆலயச் சுவற்றில் சில சிற்பங்கள் - முக்கியமாகக் குறிப்பிடவேண்டியது மனித உடலுடன் அமர்ந்திருக்கும் நந்தி. எருமையைக் கொல்லும் சாமுண்டி.

அமர்ந்திருந்தது. கருவறைக்குள் ஒரு பிள்ளையார் சிலை மட்டும் இருந்தது.

இக்கோயிலைச் சுற்றி வந்தபோது மீண்டும் கஜுராகோ நினைவுக்கு வந்தது. சுவரின் மடிப்பு மடிப்பான அமைப்பும், சுவர்களை நிறைத்திருந்த சிலைகளும் எல்லாம் கஜுராகோவை நினைவூட்டின. அந்த அளவுக்கு நளினமான சிலைகள் அல்ல. ஆனால் நிறைய பாலியல் சிலைகள் இருந்தன. கஜுராகோ சிலைகளில் உள்ள நாசூக்கும் நடனபாவனைகளும் இல்லாத அப்பட்டமான பாலுறவு நிலைகள்.

இச்சுவரில் நான் கண்ட சிற்பங்களை வேறெங்குமே கண்டதில்லை. முக்கியமாகக் குறிப்பிடவேண்டியது மனித உடலுடன் அமர்ந்திருக்கும் நந்தி. பிள்ளையாரின் உடல், முகம் மட்டும் நந்தி முகம். எருமையைக் கொல்லும் தேவி சாமுண்டி போல பேயுருவத்துடன் இருந்தாள். விதவிதமான சிவன் சிலைகள். இப்படிக் கால் விரித்து அமர்ந்த நிலையில் எங்குமே சிவனைப் பார்க்கமுடியாது. சிவன் எப்போதுமே கால்மேல் கால்வைத்து தட்சிணாமூர்த்தியாக, யோக உபவிஷ்டராக இருப்பதே வழக்கம். ஒரு இந்திரன் சிலை இருந்தது. அது தட்சிணா மூர்த்தி என்று நினைத்தேன். வஜ்ராயுதம்தான் இந்திரன் என்று காட்டியது.

பர்சூர் விட்டு விலகி வருகையில்தான் அந்தக் கோயிலின் முக்கியத்துவம் உறைக்க ஆரம்பித்தது. மிகச்சிறிய கோயில், ஆனால் மிகமிக அபூர்வமானது. ஒருவேளை அங்கே உள்ள சிலைகளைப் போன்ற பிற சிலைகள் இந்தியாவில் எங்குமே இருக்க வாய்ப்பில்லை. பழங்குடி வழிபாட்டில் இருந்து சைவமதம் உருவான காலகட்டத்துச் சிலைகள் அவை. பின்னர் சைவ மதம் அவற்றில் பலவற்றைக் கைவிட்டிருக்கிறது.

மத்தியப்பிரதேசத்தில் இதைப்போல பல பழங்குடி அரசவம்சங்கள் இருந்திருக்கின்றன. கஜுராகோவின் சந்தேலா அரசர்களும் இப்படிப் பட்டவர்களே. இவர்கள் தனித்தன்மை வாய்ந்த ஒரு சைவ மதத்தைக் கடைப்பிடித்திருக்கிறார்கள். ஆகவே இங்குள்ள சிற்பங்கள் வேறெங்கும் இல்லாதவையாக உள்ளன. இந்த சிறு ஆலயம் ஒரு மறைந்த கஜுராகோவின் எஞ்சிய துளி.

மீண்டும் காட்டுவழியே புழுதியை ஊடுருவியபடி பயணமானோம். இருபக்கமும் காடுகள். காவலர் வளாகங்கள். சில கடைகள் கொண்ட ஒரு சந்திப்பு, மீண்டும் காடு. மதியம் சித்ரகூட் (Chitrakote, Bastar District) வந்துசேர்ந்தோம். சந்திராவதி இங்கே ஒரு பெரும் அருவியாகக் கொட்டுகிறது. அருகே ஒரு டாபாவில் சாப்பிட்டுவிட்டு வந்தோம்.

இந்த அருவியை இந்தியாவின் நயாகரா என்கிறார்கள். நயாகராவைப் பார்த்த எனக்கு அது உண்மை என்றே பட்டது. இது கோடைகாலம் இங்கே. நீரின் அளவு கால்வாசியாக இருந்தது. ஆனாலும் பிரமிப்பூட்டும் பேரருவி. இது நயாகரா போலவே லாடவடிவமான பாறையில் இருந்து நூறடி ஆழத்திற்கு ஆர்ப்பரித்துக் கொட்டுகிறது. வெள்ளித்திரை போல சரிகிறது. காற்றில் சல்லாத்துணி போல ஆடுகிறது. வெண்ணிற நெருப்பு போல புகை விடுகிறது, மழைக்காலத்தில் அச்சு அசலாக நயாகரா மாதிரியே இந்த அருவி இருக்கக்கூடும்.

அருவிக்குமேல் ஆற்றில் இறங்கி உடைகளைத் துவைத்து வெயிலில் காயப்போட்டுவிட்டுக் குளித்தோம். அந்த வெயிலிலும் நீரில் அதிக நேரம் இருக்கமுடியவில்லை. அப்படி ஒரு குளிர். தண்டகாரண்யத்தின் ஆழ்ந்த குளிரில் ஊறி வரும் நதி அது. நதியின் எட்டு வழிகளில் இரண்டில்தான் தண்ணீர் ஓடிக்கொண்டிருந்தது.

பிறர் குளித்துக்கொண்டிருந்தபோது நானும் ரவியும் ஆற்றங்கரை ஓரமாக இருந்த ஒரு கோயிலை நோக்கிச் சென்றோம். அது கோயில் அல்ல. வீடு. கற்களை அடுக்கி சுவர் கட்டி, கற்பாளங்களைக் கொண்டு கூரையிடப்பட்டு அவர்களே கட்டிக்கொண்ட நேர்த்தியான இல்லம். இப்பகுதியில் சிவந்த கல் அரை இஞ்ச் கனமுள்ள கற்பாளங்களாக

சித்ரகூட் அருவி - இதை இந்தியாவின் நயாகரா என்கிறார்கள்

எளிதில் பெயர்ந்து வரக்கூடியது. இங்குள்ள கணிசமான வீடுகள் அந்தக் கற்பாளங்களால்தான் கூரையிடப்பட்டுள்ளன.

மாலையில் நயாகராவின் கரைபோலவே நூறடி உயரத்தில் இருந்த மாபெரும் பாறைவிளிம்பில் கட்டப்பட்ட படிகள் வழியாக இறங்கிச் சென்றோம். ஆழத்தில் நதியில் படகுகள் இருந்தன. அவற்றில் ஏறி ஆர்ப்பரிக்கும் அருவியின் அருகில் செல்ல முடியும். அருவியின் நீர்ச்சாரல் மேலே படும் இடம் வரை. நயாகரா என்றே தோன்றிக் கொண்டிருந்தது. நயாகராவில் அதை ஒரு பெரும் உலகக் கொண்டாட்டமாக ஆக்கியிருக்கிறார்கள். இங்கே அதிகம்போனால் நூறுபேர் வந்தால் அதிகம்.

அருவி வானிலிருந்து பொங்கி வழிந்துகொண்டிருந்தது. அண்ணாந்து நோக்கி பிரமித்து அமர்ந்திருந்தேன். நயாகரா உருவாக்கிய அதே பிரமிப்பு. நயாகராவைப் பார்த்தபோது அதை நான் பார்ப்பதே எனக்கு ஆச்சரியமாக இருந்தது. இதோ என் நாட்டில் ஒரு நயாகரா. இந்த நாட்டை எப்போது நான் பார்த்து முடிக்கப்போகிறேன். இதைப் பார்த்தபின் உலகில் எனக்கு என்ன ஆச்சரியம் மிச்சமிருக்கிறது?

தலைக்குமேல் ஓங்கிய கரும் பாறை அடுக்குகள். அவற்றினூடாக நீண்ட வேர்கள். ஒரு அற்புதமான பால்மரத்தின் வெள்ளைவேரென அருவி. கரியதலையில் தொங்கி ஆடும் வெண்சடை. கரிய அன்னையின் வெண்பட்டு முந்தானை. வானத்தின் மேகப்படலம் இடிந்து சரியும் பொழிவு. சூரிய ஒளி திரவமாகி பெய்யும் சரடு. வானவில் சூடிய பிரம்மாண்டமான கண்ணாடி மரம்! விண்ணின் ஓங்காரத்தை மண்ணில் ஒலிக்கும் வெள்ளிநாக்கு.

- 8 -

நான் சின்னப்பையனாக இருந்தபோது பார்த்த படம் ஜகதலப் பிரதாபன். மறந்துபோன அந்தப்படம் திரும்பத்திரும்ப நினைவுக்கு வந்தபடியே இருந்தது, நேற்று நாங்கள் வந்து தங்கிய ஊரின் பெயர் ஜக்தல்பூர் (Jagdalpur, Bastar District). சிறியவிடுதி. ஆனால் மூன்று அறைகள் கிடைத்தன, வசதியானவை.

என்ன பிரச்சினை என்றால் இரவெல்லாம் பக்கத்து வீட்டு மாடியில் ஒரு சேட் ராமகதை பஜனை ஏற்பாடு செய்திருந்தார். உச்சகட்ட ஓசை. இரு குழுக்கள் மாறி மாறி, விடிய விடிய கட்டைக்குரலில் ஜால்ரா, ஆர்மோனியம், தபலா சகிதம் ஒலிபெருக்கியில் பாடினார்கள். தலையைத் துண்டால் இறுகக் கட்டி மேலே குல்லாய் போட்டுக் கொண்டு போர்த்திப் படுத்தபோதும் ஒலி உடலைக்குடைந்து உள்ளே வந்தது. படுத்ததுமே உடல் களைப்பால் கொஞ்சநேரம் நன்றாக தூங்கினேன். அதன் பிறகு விடிய விடிய இசையெனும் இன்ப வெள்ளக்குளியல்தான்.

காலையில் கிளம்பி முப்பத்தைந்து கிலோமீட்டர் தூரத்தில் உள்ள கொடும்சர் குகைகளை (Kotumsar Caves) பார்க்கச் சென்றோம். இந்தியாவின் மிகப்பெரிய பிலங்களில் ஒன்று இது. சட்டிஸ்கரின் இப்பகுதி முழுக்க மலைகளிலும் மண்ணுக்கடியிலும் ஆயிரக்கணக் கான இயற்கைக்குகைகள் உள்ளன. ஆழ்ந்த வனப்பகுதியில் உள்ளது இக்குகை. அரசு அனுமதி பெற்று கட்டணம் செலுத்தி உள்ளே செல்லவேண்டும். இப்பகுதியின் நில அமைப்பு மிக தனித்தன்மை கொண்டது. சிலேட்டுப்பாறைகளாலான மலைகள். அடுக்கடுக்காக புத்தகங்களை வைத்தது போலிருக்கும். அல்லது தரையோடுகளை அடுக்கியதுபோல. மலைவிளிம்புகள் கனசதுரமாக தறித்தவை போல செங்குத்தானவை. மலைகள் சட்டென்று அடுக்கு குலைந்து அப்படியே

சரிந்துவிடும். அவை கண்ணுக்கெட்டிய தொலைவுவரை உடைந்த ஓடுகள் போல பரவிக்கிடக்கும். இப்பகுதியின் வயல்கள் முழுக்க அந்தக் கற்களைப் பொறுக்கி எடுத்துவிட்டு விளைநிலமாக ஆக்கப்பட்டவை.

இந்தப்பாறைகளை ஒரு சாதாரண கடப்பாரையைக்கொண்டு அரை இஞ்ச் கனத்தில் தகடுகளாக எளிதில் பெயர்க்க முடியும். அவற்றைக் கொண்டுதான் இங்கே வீடுகள் கட்டுகிறார்கள். கூரைகள் அந்தத் தகடுகளால்தான். தலைக்குமேல் பாறைத்தகடுகளுடன் எப்படித்தான் தூங்குகிறார்கள் என்ற வியப்பு ஏற்படும்.

இந்தப்பாறைகளுக்கு நடுவே சுண்ணாம்பு படிவங்கள் சிக்கிக் கொள்கின்றன. அவை மழைநீரால் கரைக்கப்படுகையில் ஆழ்ந்த குகைகள், பிலங்கள் பிறக்கின்றன. இப்போதிருக்கும் பிலங்கள் எல்லாமே சமணர்களால் கண்டடையப்பட்டவை. அதாவது ஏதாவது ஒரு வழி அந்த பிலம் நோக்கி இயற்கையாகவே திறந்திருந்தால் மட்டுமே அவை கண்டுபிடிக்கப்பட்டிருக்கின்றன. கேளாஒலி மூலம் விரிவான நிலத்தடி ஆய்வுகள் நிகழும் என்றால் ஏராளமான பெரும் குகைகள் இப்பகுதியில் கண்டுபிடிக்கப்படலாம்.

கொடும்சர் குகை 35 மீட்டர் ஆழம் வரை மண்ணுக்குள் செல்கின்றது. 1371 மீட்டர் ஆழம் வரை மனிதர்கள் செல்ல வசதி உள்ளது. கிட்டதட்ட ஒன்றரை கி.மீ. தூரம் நீளமாக. ஆனால் உள்ளே ஐந்து கிலோமீட்டர் வரை சுற்றிவர முடியும்.

இந்தக் குகைதான் இந்தியாவின் மிகப்பெரிய குகை என்றும் உலகளவில் இரண்டாவது பெரிய குகை என்றும் சட்டிஸ்கர் அரசுக் குறிப்பு சொல்கிறது. எது உண்மை என்று தெரியவில்லை. ஒரு வழிகாட்டியை எங்களுடன் அனுப்பினார்கள். அவருக்கான ஊதியம் நாம் அளிக்கவேண்டும். வருடத்தில் அக்டோபர் முதல் மே வரைக்குமான மாதங்களில் மட்டுமே இங்கே பிலத்திற்குள் செல்ல அனுமதி. மற்ற மாதங்களில் குகை மூடப்பட்டுவிடும். அப்போது மழைக்காலம். பிலத்துக்குள் நீர் கொப்பளித்தோடும்.

எந்தவிதமான பாதுகாப்பு ஏற்பாடுகளும் இல்லாத பிலம் இது. பிலம் அருகே செல்வது வரை அங்கே அது இருப்பதே நம் கண்ணுக்குப் படாது. பிலத்தின் வாசலை அடைந்ததும் ஓர் அச்சம் உருவாகும். அது ஒரு விலங்கின் வாய் போலத் திறந்திருந்தது. உள்ளே ஆழ்ந்த இருள். துருப்பிடித்த கம்பியாலான சுருள்பாதை இருபதடி ஆழம் உள்ளே இறங்கியது. மிகவும் சிரமப்பட்டுத்தான் உள்ளே இறங்க முடியும். அதன்பின் கல்லில் வெட்டப்பட்ட ஈரமான படிகள் வழியாக குகைக்குள் செல்லவேண்டும்.

பல கிலோமீட்டர் தூரம் மண்ணுக்குள் ஓடும் இந்தப் பிலத்திற்குள் காற்று வரக்கூடிய ஒரே வழி என்பது இந்த நாலடி உயரமும் இரண்டடி அகலமும் கொண்ட வாய் மட்டுமே. பொந்து போல இறங்கிச் செல்லும் இவ்வழியே உள்ளே சென்றால் முழுமையான இருட்டு அடர்ந்து தேங்கிய குகை விரிந்து விரிந்து வரும். உள்ளே விளக்குகளோ காற்று வரும் வசதிகளோ ஏதுமில்லை.

பாறைகளுக்கு நடுவே எஞ்சிய சுண்ணம்புப்பாறை - கால்சியம் கார்பனேட் - நீரில் கரைந்து வழிந்து அப்படியே பாறையாக ஆகி விதவிதமான வடிவங்களை உருவாக்கியிருக்கிறது. எருதுகளாக, யானைகளாக, தெய்வ உருவங்களாக கண்ணும் கருத்தும் கொள்ளும் கண்ணாமூச்சி விளையாட்டு மூலம் அவை உருவம் கொண்டு வந்தபடியே இருக்கின்றன.

பார்க்கப்பார்க்கப் பார்த்தவை உருவழிந்து மறைகின்றன. புதிய உருவங்கள் கண்முன் பிறந்து வருகின்றன. ஒரு வடிவப்பிரபஞ்சம் பிறந்து சில கணங்கள் நீடித்து அழிவதுபோல. தொங்கும் சரவிளக்குகள். நெளியும் திரைச்சீலைகள். காளான்குடைகள். கவிழ்ந்த சிப்பிகள். சுண்ணாம்புச்செடிகள். இறுகிய மேகப்படலங்கள். மாபெரும் சோழிகள். பிசைந்து மிச்சம் வைத்த சோறு. திறந்து வைக்கப்பட்ட மூளைச்சுருள். பிளந்த மீன் வாயின் பற்கள். மண்டைஓடுகள்...

ஒருபோதும் இவ்வடிவங்களைச் சொல்லி முடித்துவிட முடியாது. புறவுலகம் முடிவில்லாத வடிவங்களாலானது என நினைக்கிறோம். அகவுலகமும் அதேபோல முடிவில்லாத வடிவங்களால் ஆனதுதான் என்று உணரும் தருணம் அது. ஒவ்வொரு வடிவமும் வடிவமின்மையின் முடிவிலியில் அலையடித்து மிதந்து கிடக்கிறது. வடிவமின்மை போல நம்மை அச்சுறுத்துவது ஏதேனும் உண்டா? வடிவமின்மைவெளியில் வடிவம் தேடித் தவிக்கிறது பிரக்ஞை. அன்னிய ஊரில் உறவைத் தேடித் தவிக்கும் கைவிடப்பட்ட குழந்தை போல.

ஆர்தர் சி கிளார்க்கின் நினைவடையாளம் என்ற கதையில் சந்திரனுக்குச் சென்று இறங்குபவர்களின் மனப்பிறழ்வை சொல்லியிருப்பார். மனிதனால் உருவாக்கப்பட்ட, மனித பிரக்ஞை அடையாளம் காணக்கூடிய சமவடிவங்கள் எவற்றையும் காணமுடியவில்லை என்னும்போது மனித அகம் கொள்ளும் நிலையழிவு அது. அந்த நிலையை உணர முடிந்தது.

கிளைகளாகப் பிரிந்து பிரிந்து சென்றுகொண்டே இருந்தது பிலம். ஈரமான மண்பாறைகள் பிரம்மாண்டமாக பிய்ந்து விழுந்து கிடந்தன. சில இடங்களில் மேலே குகையின் கூரை அறுபதடி உயரத்தில் உட்குடைவாக இருந்தது, மாபெரும் மசூதி ஒன்றின் உட்கூரை போல.

கொடும்சர் குகை - சுண்ணாம்பு சிற்பங்கள்.
கால்சியம் கார்பனேட் பாறையாக ஆகி விதவிதமான
வடிவங்களை உருவாக்கியிருக்கிறது -
எருதுகளாக, யானைகளாக, தெய்வ உருவங்களாக...

சில இடங்களில் தலை இடிக்காமல் குனிந்து செல்லவேண்டியிருந்தது. நீர் ஊறி ஓடும் ஆழ்ந்த குடல்கள். சுருங்கி விரிகின்றனவா என்ற பிரமை எழுப்பும் இரைப்பைகள். செரித்துக்கொள்ளக் கைநீட்டும் குடல்விரல்கள். நெளியும் சேற்றுச்சுவர்கள்...

வழிகாட்டியின் கைவிளக்கு ஒளியில் பிலத்தின் ஆழம் விரிந்து விரிந்து தன்னைக் காட்டி இருளுக்குள் மூழ்கியது. ஒளியில் தெரியும் குகையாழங்கள் முடிவிலாத ரகசியங்களுடன் மௌனத்தில் ஆழ்ந்திருந்தன. இருட்டின் அரசு. ஒருபோதும் ஒரு துளி சூரியவெளிச்சம் பட்டிராத பாறைவளைவுகள். சூரியனை அறியாத பாதாள உயிர்களின் ரீங்காரம். அங்கே பாதாள நாகங்கள் போல தொங்கிய சுண்ணாம்பு விழுதுகள்... நீர் ஓடிய தடம் அரம்போல வரிவரியாகத் தெரிந்த கூரைப்பாறைச்சரிவு நாயின் மேல்வாய் போல தோன்றியது.

பிலத்தின் ஓர் அறையை மகத்தானதோர் சிற்பக்கூடம் என்றுதான் சொல்லவேண்டும். ஒரு சிற்பியும் அத்தனை வடிவச்சாத்தியங்களை நிகழ்த்திவிட முடியாது. கொத்துகள் குலைகள் செறிவுகள் குவைகள் குவியல்கள் வளைவுகள் ஆழங்கள்.

ஆனால் அங்கே அத்தனை வியப்புகளுடன் பரவசத்துடன் வெளியேறி விடவேண்டும் என்ற எண்ணமும் இருந்துகொண்டே இருந்தது. குகைகளுக்குள் ஆக்ஸிஜன் மிகவும் குறைவு. கார்பனைட் கரியமிலவாயுவை வெளிவிடக்கூடியதும்கூட. ஆனால் அதைவிட முக்கியமானது மண்ணுக்குள் இருக்கிறோம் என்னும் உணர்வு. தலைக்குமேல் மொத்த உலகமும் நம்மை அழுத்துவதுபோல. ஏற்கெனவே இறந்துவிட்டதுபோல. மனதுக்கு மூச்சுத்திணறுவதை அங்குதான் உணர முடிந்தது.

பிலத்துக்குள் சேரும் நீர் பல குகைவழிகள் வழியாக பல கிலோமீட்டர் தூரம் ஓடி இந்திராவதி ஆற்றில் கலக்கிறது. இப்போது ஐந்து கி.மீ. வரைதான் பிலம் ஆராயப்பட்டுள்ளது. ஒன்றரை கி.மீ. தூரம் வரைதான் பயணிகள் அனுமதிக்கப்படுகிறார்கள். குகைக்குள் ஓர் இடத்தில் இயற்கையான பாறை ஒன்று சிவலிங்கமாக வழிபடப்படுகிறது. ஆழத்தில் உறையும் இருள்லிங்கம். எண்ணம் மட்டுமேயான சிவம்.

இரண்டாவது பிலம் கைலாஷ் குகை என்று அழைக்கப்படுகிறது. அதற்குச் செல்ல வழிகேட்டுச் சென்றோம். வழிகாட்டிப்பலகைகள் இல்லை. சாலை ஓர் இடத்தில் இரண்டாகப் பிரிந்தது. அங்கே நின்ற ஒருவரிடம் கேட்டபோது கைலாஷ் குகைக்கு அவ்வழியாகச் செல்லலாம் என்றார். ஆனால் அது சரியான பாதை அல்ல. அப்போது தான் கான்கிரீட் பாதை போட்டுக்கொண்டிருந்தார்கள். ஓர் இடத்தில் பாலமே இல்லை. ஆனால் அவ்வப்போது காரில் இருந்து இறங்கி

அந்தச் சாலை வழியாக காரை வேகமாக ஓட்டி ஏற்றிக்கொண்டு சென்றோம்.

ஒருவழியாக கைலாஷ் குகையை அடைந்தோம். அங்கே ஒரே ஒரு வாட்ச்மேன், ஒரு கைடு. அங்கே பயணிகளே வருவதில்லை என்றார். ஒரு தங்கும்விடுதி இருந்ததை மாவோயிஸ்டுகள் உடைத்து விட்டார்கள். வழிகாட்டியை ஏற்றிக்கொண்டு சென்றோம். அவர் பெயர் நாக் என்று முடிந்தது. அப்பகுதியை ஆண்ட நாகவம்சத்தைச் சேர்ந்தவர்.

இருநூறடி தூரம் படிகளில் ஏறிச்சென்றால் குகை வாசல் வருகிறது. மூன்றடி உயரமும் இரண்டடி அகலமும் கொண்ட சிறிய நுழைவாயில். அதன் வழியாக உள்ளே செல்ல கொஞ்சம் சிரமப்படவேண்டும். இரும்பாலான சிறிய படிகள் உள்ளன. ஆனால் உள்ளே இறங்கியதுமே பிரம்மாண்டமாக குகைவழி இறங்கிச் செல்வதை காணலாம். சிமெண்ட்டால் படிகள் கட்டியிருக்கிறார்கள். விளக்குகள் கூட அமைக்கப்பட்டிருக்கின்றன. மாவோயிஸ்டுகள் விளக்குகளை உடைத்துவிட்டார்கள். அவர்கள் அங்கே சுற்றுலா வளர்வதை விரும்ப வில்லையாம்.

1993ல்தான் கைலாஷ் குகை கண்டுபிடிக்கப்பட்டது. உள்ளே செல்லச் செல்ல பிரம்மாண்டமான நான்கு அறைகளாக குகை விரிகிறது. 250 மீட்டர் தூரம் வரை செல்லமுடியும். நாற்பது மீட்டர் அடி ஆழம் வரை இறங்குகிறது. இங்கும் அதே சுண்ணாம்புக்கல் செதுக்கல்கள். கைவிளக்கின் ஒளியில் கனவுரு போல தெளிந்து தெளிந்து இருட்டில் மூழ்கும் கடவுளின் சிற்பங்கள். இங்கும் ஒரு சுண்ணாம்புப்பாறைக் குவையை சிவலிங்கம் என்று சொல்கிறார்கள்.

பிலத்திற்குள் கடைசி அறையில் அமர்ந்துகொண்டோம். ஐம்பதடி உயரமுள்ள கூரையும் நூறடி விட்டச் சுற்றளவும் உள்ள அறை. விளக்கை அணைத்துவிடுவோமே என்றார் கிருஷ்ணன். அத்தகைய இருட்டை மண்ணுக்குமேலே எங்குமே உணர முடியாது. வானில் எப்போதும் ஏதேனும் ஒளி இருக்கும். நீரில் உள்ளொளி இருக்கும். கூரிருள். கண்ணே அழிந்துவிட்டது போன்ற இருள். எப்போதுமே நமக்கு பார்வை இருந்ததில்லை என்று உணரச்செய்யும் இருள்.

பிசுக்கு போன்று உடலில் அது ஒட்டுவதாக பிரமை எழுந்தது. மூச்சு வழியாக உடலுக்குள் நுழைந்து உடலின் கனத்தை அதிகரிக்கச் செய்வது போலிருந்தது. கண்ணுக்குள் எஞ்சிய கடைசிக்காட்சியின் அகப்பிம்பம் மெல்ல அழிந்ததும் குருதிக்குமிழிகளின் அசைவுகள் கொஞ்சம் கொஞ்சமாக மறைந்ததும் இருட்டு மட்டும் எஞ்சியது. நம்

இருப்பை நாம் ஒரு பிரக்ஞை மட்டுமாகவே உணர முடிந்தது. பிரபஞ்ச இருள். யோகத்தின் இருள்.

இருட்டை ஆழத்தில் உணரும் தியான நிலை ஒன்றுண்டு. அது குரு இல்லாமல் கடந்துசெல்லமுடியாத வழி. அங்கே கொந்தளிக்கும் வடிவின்மையின் பிரம்மாண்டம் மிகப்பயங்கரமான அனுபவம். அடிப்படை இருத்தல் மட்டுமே எஞ்சும்நிலை. மானுடனென்று நாம் உருவாக்கிக்கொண்ட அனைத்தும் உருகியழிந்து அகம் மட்டும் எஞ்சும் நிலை. ‘இத்தனை இருட்டா குரு?’ என்று நித்யாவிடம் கேட்டிருக்கிறேன். அவர் புன்னகை செய்தார்.

மண்ணில் அத்தனை பசுமைக்கும் உயிர்ப்பெருவெளிக்கும் அடியில் அந்த இருள் இருந்துகொண்டிருப்பதை நாம் உணர்வதில்லை. அதைத்தான் கைலாஷ் குகை விட்டு வெளியே வந்ததும் நினைத்துக் கொண்டேன்.

- 9 -

கைலாஷ் குகையைப் பார்த்தபின் தீரத்கர் (Theerathgar, Bastar District) என்ற அருவிக்கு மாலை நான்கு மணிக்குச் சென்று சேர்ந்தோம். காலையில் குகைகளுக்குச் செல்லும்போது அந்த அருவியை மலைவிளிம்பில் நின்று பார்த்தோம். மிக உயரமான அருவி அது என்ற எண்ணம் ஏற்பட்டது. ஆனால் அதைப் பார்க்கத்தான் வேண்டுமா என்று விவாதித்தோம். நம் திட்டத்தில் உள்ளது குகைகள் அல்லவா என்பது எங்கள் எண்ணம்.

ஆனால் எங்கள் திட்டத்தில் இருந்த ஒரு குகைக்கு பயணிகளை அனுமதிப்பதில்லை என்று சொல்லிவிட்டார்கள். ஆகவே தீரத்கர் அருவிக்குச் செல்லலாம் என்று முடிவெடுத்தோம். மேலும் குகைகளுக்குள் இருந்த அனுபவம் ஒரு விடுதலை ஏக்கத்தை உருவாக்கிவிட்டிருந்தது.

அங்கு சென்றபின்னர்தான் அது எவ்வளவுபெரிய ஓர் அனுபவம் என்று புரிந்தது. தீரத்கர் அருவியும் சித்ரகூட் அருவியும்தான் இந்தியாவின் மகத்தான அருவிகள். ஐயமே இல்லை. இத்தனை பிரம்மாண்டமான ஓர் இயற்கை நிகழ்வை ஏன் இத்தனை நாள் அறியாமலிருந்தோம், இவ்வளவு அருகில் வந்தும்கூட ஏன் அது பற்றி எதுவும் தெரியவர வில்லை என்று ஆச்சரியப்பட்டுக்கொண்டே!

தீரத்கர் அருவி உண்மையில் ஓர் அருவிக்கூட்டம். சிலேட்டுப் பாறைகளில் இருந்து சந்திராவதி ஆறு, இருநூறடி ஆழத்துக்குக் கொட்டுகிறது. இரண்டு அருவிகளாக முதலில் கொட்டிய பின் கிட்டதட்ட நூறு அருவிகளாக மேலும் மேலும் கொட்டிக்கொண்டே செல்கிறது. கண்ணுக்கெட்டிய தூரம் வரை அருவிகள்தான். அருவிகள் அடிமரங்களாக நிற்கும் நீர்க்காடு.

தீரத்கர் அருவி

அருவிகளின் அருகிலேயே கீழே இறங்கிச்செல்ல படிகள் உள்ளன. இருநூறடி ஆழம் இறங்கிச்சென்றால் முதல் பேரருவியின் அடியில் சென்று சேரலாம். அங்கிருந்து பார்த்தால் ஏழெட்டு அருவிகள் நம்மைச்சுற்றிக் கொட்டுவது தெரியும். மேலும் இருநூறடி ஆழம் இறங்கிச் சென்றால் இருபதுக்கும் மேற்பட்ட அருவிகள் கொட்டிக் கொண்டிருக்கின்றன. மேலும் நூறடி ஆழம் இறங்கிச் சென்றால், அவை பல மடங்காகப்பெருகிப் பல பாறைகளில் பீறிட்டு வெண்ணுரை கக்கிக் கொட்டிக்கொண்டிருப்பதைக் காணமுடியும்.

இரண்டாம்கட்டப் பேரருவி மேலே நீட்டிக்கொண்டிருக்கும் சிலேட்டுப்பாறையில் இருந்து ஒரே தாரையாகக் கொட்டுகிறது. பாறையை ஒட்டி உள்ளே சென்று அருவிக்கு அடியில் துளிகூட நனையாமல் நிற்க முடியும். அருவி கூரையிட்ட ஒரு மாபெரும் மாளிகையில் நிற்பதைப்போல. காற்றில் சாரல் திசைமாறி நம்மை நனைத்துச் சிலிர்க்கச்செய்யும்.

குகைகளுக்குள் இருந்தபோது உணர்ந்த தனிமையும் அழுத்தமும் முற்றாக விலகின. மண்ணுக்குள் வாழ்ந்த புழு சிறகு முளைத்து பறவையாக ஆனதுபோல. வானம்! அருவி என்பது மண்ணுக்குப் பொழியும் வானமல்லாமல் வேறென்ன?

எத்தனை கோணத்தில் எப்படியெல்லாமோ நின்று நோக்கியும் அருவியைக் கண்ட நிறைவு உருவாகவில்லை. பாட்டி அருவியும் மகள்களும் பேத்திகளும் கொள்ளுப்பேத்திகளும் என்று ஒரு எண்ணம் எழுந்தது. அருவியைப் பார்த்துக்கொண்டிருக்கையில் ஒருகணம் அது சீறிக்கொந்தளித்துக் கொட்டுவது போலவும் மறுகணம் அது மல்லிகைக்குவியல்களாகப் பொழிவதுபோலவும் தோன்றும் விந்தை!

அருவியில் குளிக்கவும் ஓய்வாக அமர்ந்துகொள்ளவும் ஆயிரக்கணக்கான இடங்கள் உள்ளன. இந்த அருவியின் பள்ளத்தாக்கு பிரம்மாண்டமானது. கிட்டதட்ட நானூறடி ஆழமும் இரண்டு கிலோமீட்டர் அகலமும் கொண்டது. நான்கு அடுக்குகளாக இறங்கிச்செல்வது. ஒருநாள் முழுக்க இருக்கவேண்டிய இடம்.

அந்தி வரை தீரத்கர் அருவியிலேயே இருந்தோம். நீர் மிகவும் குளிராக இருந்தமையால் குளிக்கவில்லை. இருட்ட ஆரம்பித்தபோது மேலேறி வந்தோம். குகையின் இருட்டு சென்று தேங்கிய அக ஆழமெங்கும் அருவியின் ஒளி சென்று பரவியதுபோல உணர்ந்தோம்.

- 10 -

இந்தியாவில் பழங்குடிகள் அதிகமுள்ள மாநிலங்களில் ஒன்று சட்டிஸ்கர். கிட்டதட்ட 12 சதவீதம் வரை பழங்குடியினர் இங்கிருக்கிறார்கள். இதில் பஸ்தர் மாவட்டத்தில் பெரும்பான்மையினர் பழங்குடியினரே. கிட்டதட்ட எழுபது சதவீதம். சொல்லப்போனால் நகரங்கள் தவிர பிற இடங்களில் எல்லாமே பழங்குடியினரே இருக்கிறார்கள்.

அரசின் கணக்குப்படி இங்கே பஸ்தர் மாவட்டத்தில் மேகர், காண்டா, சமர், பைர்வா, காசி, சிதார், டோமர், சாடர் என கிட்டதட்ட நூறு பழங்குடி இனங்கள் இருக்கிறார்கள். பழங்குடியினரை ஒட்டுமொத்தமாகப் பார்க்கையில் வரும் சித்திரம் இதுதான். தென்னகப்பழங்குடிகள் ஆப்பிரிக்கச்சாயல் கொண்டவர்கள். வடகிழக்குப்பழங்குடிகள் மஞ்சள் இனச்சாயல் கொண்டவர்கள். இந்த மத்திய நிலப்பழங்குடிகள் இரு இனங்களும் நடுநிலத்தில் கலந்து உருவானவை.

பழங்குடியினர் நகரங்களில் கூட கண்ணில்பட்டுக்கொண்டுதான் இருக்கிறார்கள். கணிசமானவர்கள் நகரங்களில் பலவகையான எளிய பணிகளைச் செய்கிறார்கள். ஆனால் அவர்களைப் பார்த்ததுமே தெரிந்துவிடுகிறது. சட்டையும் பாண்டும் அணிந்திருந்தால்கூட அவர்களின் நடையும் பாவனைகளும் வேறுவகையாக இருக்கின்றன. பாரம்பரியமான வெள்ளி, இரும்பு நகைகளை அணிந்து தங்களுக்கே உரிய முறையில் உடையணிந்த பழங்குடிகள் சாமான்கள் வாங்கி சுமந்துகொண்டு மலைக்கிராமங்களுக்குத் திரும்புவது அடிக்கடி கண்ணுக்குப்படும் காட்சி.

ஆனால் பஸ்தர் மிகப்பெரும்பாலும் காலியாகவே கிடக்கிறது. இருபது முப்பது கிலோமீட்டர் தூரம் வரைக்கும்கூட எவருமே கண்ணுக்குப்

படாமல் பயணம் செய்ய முடியும். காடுகள் விரிந்து பரந்திருக்க நடுவே சிறிய ஊர்கள். கற்பாளங்களை வைத்துக் கட்டப்பட்ட வீடுகள். மரச்சிலாம்புகளை முடைந்து செய்த தட்டிகளால் கட்டப்பட்ட குடிசைகள். அந்த வீடுகள் எதிலும் பகலில் எவரும் இருப்பதில்லை. குழந்தைகள், முதியவர்கள் கூட கண்ணுக்குப்படவில்லை. எங்கும் கூட்டத்தையே கண்டு பழகிய தமிழ்க் கண்களுக்கு அந்த வெறுமை மிகவும் கனமாக கண்ணுக்குள் வந்து மனதில் அமையும்.

பழங்குடியினப் பெண்கள், பஸ்தர்

பஸ்தர் முழுக்க மிக வளமான நிலம்தான். நீரில்லாது வறண்ட ராமநாதபுரம் நிலத்தில் மட்டுமே நம்மூரில் மக்கள் நெரிசல் குறைவாக இருக்கும். அங்கும்கூட எப்படியோ நாம் ஒருபோகம் விளைவிக்கிறோம். இங்கே நதிகளின் அருகில் வளமான வண்டல் மண் காலியாகக் கிடக்கிறது.

அதற்கான காரணத்தை ஊகிக்க அந்தப் பழங்குடி மக்களைப் பார்த்தாலே போதும். விவசாயியின் மனநிலையே வேறு. நான் ஒரு விவசாயக்குடும்பத்தில் பிறந்தவன் என்பதனால்தான் இந்த நிலம் வேளாண்மை செய்யப்படாமல் கிடப்பது எனக்குப் பதைப்பை உருவாக்குகிறது. விவசாயிக்கு நிலம் என்பது பொன் போன்றது. எவ்வளவு கிடைத்தாலும் ஆசை அடங்காது. எவ்வளவு விவசாயம் செய்தாலும் மனம் நிறையாது. கடைசித்துளி வரை உழைத்தாகவேண்டும். கடைசி மண் பரப்பு வரை பயிரிட்டாகவேண்டும்.

பிறருக்கு அந்தப் பதைப்பு இருப்பதில்லை. குறிப்பாக இருவகை மக்களுக்கு. மேய்ச்சல் பாரம்பரியம் கொண்டவர்கள் நிலத்தை விளைநிலமாக நினைப்பதில்லை, அவர்கள் மேய்ச்சல்நிலமாகவே நினைக்கிறார்கள். விவசாயியைப்போல அதை அரிய சொத்தாக நினைப்பதில்லை, அதை உரிமைகொள்ள முயல்வதில்லை.

விரிந்து பரந்த வளமான நிலத்தில் கொஞ்சம் கன்றுகாலிகளை மேய்த்து அதைக்கொண்டு நிறைவடைந்து அவர்களால் வாழமுடியும். அவர்களின் இயல்பிலேயே அந்த ஓய்வான மனநிலை உண்டு.

மாடுகளைப் பத்திவிட்டு நாள்முழுக்க அமர்ந்திருக்கும் மேய்ச்சல் குலத்து மனிதரைப் பார்க்கையில் அந்த நிம்மதியை விவசாயிக்குக் கடவுள் அருளவில்லை என்றே நினைத்து கொள்வேன்.

ஆனால் பழங்குடிகள் இன்னும் மாறுபட்டவர்கள். அவர்களுக்கு நிலம் ஒரு பொருட்டே அல்ல. அவர்களுக்குத் தேவையானதை மட்டும் பயிரிட்டு விட்டு எஞ்சிய நேரம் முழுக்க அவர்கள் தங்கள் குலக்குழுப் பண்பாட்டு வாழ்க்கையில் மூழ்கி இருப்பார்கள். மேய்ச்சல்நில மக்களுக்காவது கன்றுகாலிகள் பெருகவேண்டும் என்னும் ஆசை இருக்கும். இவர்களுக்கு அதுவும் இருக்காது. பெருக, விரிய, ஓங்க வேண்டும் என்ற அடிப்படை மானுட இச்சை அவர்களிமிருக்காது. குமரிமாவட்டக் காணிகளை நான் கூர்ந்து அவதானித்திருக்கிறேன். பாறையின் சுனை போல அவர்கள் தேங்கிக் குளிர்ந்திருப்பார்கள்.

உண்மையில் நாமனைவருமே பழங்குடிகள்தான், நம்முடைய அந்த உள்வேகம் நம்மை இங்கே கொண்டுவந்து சேர்த்திருக்கிறது. அந்த வேகம் இல்லாமலிருப்பதனால்தான் பழங்குடிகள் அப்படியே காலத்தில் தேங்கி பத்தாயிரமாண்டு பின்னால் நின்றிருக்கிறார்கள். அதில் அவர்களுக்கு நிறைவும் முழுமையும் இருக்கும் என்றால் அந்த வாழ்க்கை சிறப்பானதே.

வெரியர் எல்வின்

பழங்குடிகள் பற்றிய இந்தக் கருத்தை முன்வைத்த மானுடவியலாளர் வெரியர் எல்வின். வெரியர் எல்வின் கிறித்தவ போதகராக வாழ்க்கையை ஆரம்பித்தார். கிறித்தவ போதனைக்காக இந்தியா வந்த போது காந்தியைச் சந்தித்தார். காந்தியால் ஆழமாக பாதிக்கப்பட்டு வாழ்க்கையை அவர் காட்டிய வழியில் அர்ப்பணித்தவர் களில் ஒருவர் எல்வின்.

பஸ்தர் பழங்குடிகள் நடுவே ஆய்வுக்கும் சேவைக்குமாக வந்த அவர், இந்தியா சுதந்திரம் பெற்றபின் நம்முடைய பழங்குடி கமிஷன் தலைவராக இருந்தார். இந்தியப் பழங்குடிக்கொள்கையை அவர்தான் உருவாக்கினார். அது எல்வின் பாலிசி என்று அழைக்கப்படுகிறது.

மானுடவியல் ஒரு சமூகத்தை எப்படி வெற்றிபெற்றதாகக் கருதுகிறது, எதை அளவுகோலாகக் கொள்கிறது என காந்தி எல்வினிடம் கேட்டார். போகம், அதிகாரம், பணம், சமூக அமைப்பு எனப் பல அளவீடுகள்

உள்ளன. ஏன் மகிழ்ச்சியை அளவீடாகக் கொள்ளலாகாது என்றார். காந்தியின் அந்த வரியில் இருந்து எல்வின் கொள்கை பிறந்தது. பழங்குடிகள் தங்கள் வாழ்க்கையில் முழு நிறைவுடன் இருந்தால் அவர்களின் வாழ்க்கையை வலுக்கட்டாயமாக 'நாகரிகப்படுத்த' முயலக்கூடாது, அது வன்முறை என்பதுதான் எல்வின் கொள்கை. இந்திய அரசின் பழங்குடிக்கொள்கை என்பது பழங்குடிகள் விரும்பினால் அவர்களுக்குக் கல்வி வேலைவாய்ப்பு முதலியவற்றை அளிப்பது. ஆனால் அவர்களை வற்புறுத்தாமல் இருப்பது என்பதே.

பஸ்தர் பழங்குடிகளின் வாழ்க்கையை மேலோட்டமாக கவனிக்கையில், இன்றைய அரசியல்சூழலை அவதானிக்கையில், வெரியர் எல்வினின் கொள்கையை மறுபரிசீலனை செய்யவேண்டும் என்ற எண்ணம் உருவாகிறது. அதுவே இன்றைய அரசுகளின் எண்ணமும் என ஊகிக்கவும் முடிகிறது. எல்வின் சொன்னது சரி, பழங்குடிகளின் வாழ்க்கையைக் குலைப்பது புற வன்முறைதான். ஆஸ்திரேலியாவில் அங்குள்ள பழங்குடிக் குழந்தைகளுக்குக் கல்விபுகட்டி 'நாகரிகப்படுத்த' கிறித்தவ மிஷனரிகள் செய்த முயற்சியின் வரம்பில்லாத குரூரமும் எதிர்விளைவுகளும் எல்வினுக்கு எச்சரிக்கையாகவும் இருந்திருக்கலாம். ஆனால் பழங்குடிகள் அந்தப் பழங்குடி வாழ்க்கையில் நிறைவுற்று வாழும் நிலை இன்று இல்லை. அவர்களை அப்படியே விட்டுவிட நம்முடைய சூழல் இன்று அனுமதிப்பதில்லை.

முக்கியமான விஷயம் பஸ்தர் இந்தியாவின் மிகப்பிரம்மாண்டமான கனிச்சுரங்கங்கள் கொண்டது என்பதே. இங்குள்ள அடுக்குப்பாறைகள் ஒட்டுமொத்தமாகவே செல்வம். இரும்பு, மங்கனீஸ் முதல் சுண்ணாம்புக்கல் வரை அவ்வளவும் இன்றைய தொழில்நாகரிகத்தின் அடிப்படைத்தேவைகள். இன்றைய தொழில்மய உலகம், நுகர்வின் உலகம் நமக்குத்தேவை என்றால் இவற்றை எடுத்தே ஆகவேண்டும். இந்தியாவின் பொருளியல் வளர்ச்சியின் மிக அடிப்படையான செயல்பாடு இது.

இந்தப் பெரும் செல்வத்தின்மீது பஸ்தர் பழங்குடிகள் அமர்ந்திருக்கிறார்கள். மிகமிகக் குறைவான மக்கள்தொகையினர் அவர்கள். அந்த தேசியசெல்வத்துக்கு அவர்கள் முழுமையாக உரிமை கொண்டாட வேண்டும் என்று சொல்வதில் எந்தப்பொருளும் இல்லை. அத்துடன் அங்குள்ள மாபெரும் விளைநிலப்பரப்பை இன்றைய இந்தியா அப்படியே விட்டுவிடவேண்டும் என்பதிலும் பொருத்தப்பாடு இல்லை. இந்தியாவின் தொழில்துறையும் விவசாயமும் அப்பகுதியை நோக்கிப் படர்வதைத் தவிர்க்கமுடியாது. தவிர்ப்பதற்கு ஒரே வழிதான் உள்ளது, ஒட்டுமொத்த இந்தியாவும் முழுமையாகவே காந்திய

வழியில் கிராமப் பொருளியலை நோக்கி நகர்வது. நுகர்வு-தொழில்-வணிகப் பண்பாட்டை முற்றாக உதறுவது. அது இப்போது உடனடிச் சாத்தியம் அல்ல.

பஸ்தருக்கு வருவதற்கு முன் ஆங்கில ஊடகங்கள், அவற்றின் அரசியலை அப்படியே மொழியாக்கம் செய்யும் தமிழ் அரசியல் எழுத்தாளர்கள் எழுத்துக்களை வாசித்து என் மனதில் இருந்த பிம்பம் என்பது பஸ்தர் பழங்குடிகளின் நெருக்கமான வசிப்பிடங்களைக் கலைத்து அவர்களைத் துரத்தி அந்நிலத்தைக் கைப்பற்ற வேதாந்தாவும் டாட்டாவும் முயல்கிறார்கள் என்பதே. ஆனால் இந்த நிலம் வழியாகச் செல்லும் பயணம் நேர் மாறான சித்திரத்தை அளிக்கிறது. இப்பகுதி வெரியர் எல்வினின் கொள்கைப்படி அரசால் அப்படியே விடப்பட்டிருக்கிறது. விரிந்து பரந்த விளைநிலமும் கனிச்செல்வமும் வீணாகக் கிடக்க பழங்குடி வாழ்க்கை அப்படியே தேங்கி செயலற்றுக் கிடக்கிறது.

ஆனால் இன்றைய பழங்குடிகள் நாகரிகத்தின் கனிகளை விரும்பு கிறார்கள். சாலைகளும் போக்குவரத்தும் குடிநீரும் மருத்துவமும் கல்வியும் அவர்களுக்குத் தேவையாகிறது. அவற்றை அவர்களுக்கு அளிக்க இங்கே விவசாயத்தையும் தொழில்களையும் கொண்டுவந்தே ஆகவேண்டும். அதற்குப் பழங்குடிகள் தங்கள் இருப்பிடங்களை விட்டு வெளியேற வேண்டிய தேவை இருக்கலாம். அவர்கள் தங்களைப் புதிய சூழல்களுக்குத் தகவமைக்கவேண்டிய கட்டாயம் இருக்கலாம். நாம் வாழும் ஒவ்வொரு நிலமும் அப்படித்தான் உருமாறி இருக்கிறது. நாமெல்லாம் அப்படித்தான் உருமாறி இருக்கிறோம்.

ஆனால் இதை பழங்குடிகள் மீதான அரசு வன்முறை என்று மாவோயிஸ்டுகள் சித்தரிக்கிறார்கள். அவர்களுக்கு அதைக் கற்பிக்கிறார்கள். அவர்களிடமிருக்கும் மாறுதல்பற்றிய அச்சத்தை வளர்த்து அவர்களை தங்களுக்கான ஒரு அடிமை ராணுவமாக உருவாக்கிக் கொள்கிறார்கள். இவர்கள் இந்தப் பகுதிக்குக் குடியேறியமைக்கு ஒரே காரணம் ஆந்திரத்தில் நிகழ்ந்த கடுமையான அரசு நடவடிக்கைகளின் விளைவாக அங்குள்ள தளங்கள் அழிந்ததும் பஸ்தர்காடுகளின் விரிவு அவர்களுக்கு வசதியானதாக இருப்பதும் மட்டுமே. அங்கே இருக்கிறார்கள் என்பதே அவர்களுக்கு இந்தப் பழங்குடிகள் மீதான அக்கறை.

மாவோயிஸ்டுகளைப் பொறுத்தவரை அவர்கள் செய்து கொண்டிருப்பது சீனா என்ற அதிநவீன முதலாளித்துவ ஏகாதிபத்தியப் பேரரசின் வணிக நோக்கங்களுக்காக இந்தியாவின் பொருளியலை உறையச்செய்யும் நோக்கம் கொண்ட ஒரு போர், அவ்வளவுதான்.

அவர்கள் இந்த பஸ்தர் பழங்குடிகளுக்கு அளிக்கும் வாக்குறுதி என்ன? இந்தியாவின் மையஅரசைக் கைப்பற்றி புரட்சி அரசை உருவாக்கும் போது இந்த மக்களுக்கு ஒரு புதிய வாழ்க்கை. எப்படிப்பட்ட வாழ்க்கை?

இந்த மக்களின் இதே பழங்குடி வாழ்க்கை இப்படியே நீடிக்க அந்தப் 'புரட்சி' அரசு அனுமதிக்குமா? இந்தக் கனிவளங்களையும் விளை நிலங்களையும் இப்படியே விட்டுவைக்குமா? அதைத்தானா சீனாவில் செய்துகொண்டிருக்கிறார்கள்? சென்ற அரை நூற்றாண்டுக் காலத்தில் சீனாவின் எல்லாப் பழங்குடிகளும் வன்முறைமூலம் தொழிலாளர் படையாக மாற்றப்பட்டுவிட்டார்கள். முழுமையாகவே பழங்குடிப் பண்பாடு அழிந்துவிட்டது. அங்கே எந்த நிலமும் அரசுக்குச் சொந்தம். எல்லாக் கனிவளங்களும் கடைசித் துளி வரை ஒட்டச் சுரண்டப்பட்டு விட்டன. அதன்பின் இன்று சீனா ஆப்ரிக்காவை கனிவளங்களுக்காக சுரண்டிக்கொண்டிருக்கிறது. அங்குள்ள பழங்குடிகளை அந்த ஊர் சர்வாதிகாரிகளைக் கொண்டு அடித்துத் துரத்திக்கொண்டிருக்கிறது.

பொய்யான வாக்குறுதிகளால் ஏமாற்றப்பட்ட மக்களின் போர் என மாவோயிஸ கிளர்ச்சியைச் சொல்லலாம். உண்மையில் அது இப் பகுதியை அப்படியே வளர்ச்சிகுன்றி சூம்பி நிற்கச்செய்துவிட்டது. இங்குள்ள மிகமிகக் குறைவான மக்கள்தொகையைப் பார்த்தால் இங்கே சுற்றுலா மட்டுமே எல்லா விதமான வளர்ச்சியையும் உருவாக்கிவிடும் என்று சொல்ல முடியும். இங்குள்ள கனிவளங்கள் தொழில்துறையால் கையாளப்படுமென்றால் இங்கே நிகழக்கூடிய வளர்ச்சிக்கு அளவே இல்லை.

ஒருவேளை அந்த வளர்ச்சியின் கனிகள் இந்தப் பழங்குடி மக்களுக்குக் கிடைக்காது என வாதிடலாம். அந்த மாற்றத்துக்கு இந்த மக்களைப் பழக்குவதும் பயிற்றுவிப்பதுமே அதற்கான வழியாகும். உரிமைகள் இன்றி இம்மக்கள் துரத்தப்படாமலிருக்க அவர்களை ஒருங்கிணைப் பதும் சாத்தியமான யதார்த்த முடிவுகளை நோக்கிக் கொண்டு செல்வதுமே வழி. மேலும் எப்படி அவர்கள் கைவிடப்பட்டாலும்கூட இப்பகுதியில் இயல்பாக நிகழும் வளர்ச்சியின் சிறு திவலைகள் அவர்களுக்குக் கிடைத்தாலும்கூட அவர்களின் வாழ்க்கை பலமடங்கு மேலானதாக ஆகும்.

அதற்கு உதாரணம் நாங்கள் சென்ற சிலநாட்களில் கடந்துவந்த கம்மம் மாவட்டம். நான் அங்கே எண்பதுகளில் வந்திருக்கிறேன். இந்த பஸ்தரைப்போலத்தான் கம்மம் பகுதியும் இருந்தது. நக்சலைட்டு களின் பிடியில் சிக்கி வளர்ச்சி மந்தித்து வெறுமைசூழ்ந்து கிடந்தது. நக்சலைட்டுகள் அங்கே இருப்பதற்கான காரணமே அந்த வறுமைதான்

பழங்குடியினப் பெண்கள், பஸ்தர்

என்று அன்றும் அறிவுஜீவிகள் சொன்னார்கள். நமக்கெல்லாம் மேல்நோகாமல் புரட்சி பேசப் பிரியமிருக்கிறது. அதற்காக எங்காவது எளிய மக்கள் போராடிச் செத்தால் சந்தோஷம்தான்.

இன்றைய கம்மம் மாவட்டத்தின் வளர்ச்சி பிரமிப்பூட்டுகிறது. உள்கிராமங்களில் கூட என்னென்னவோ தொழில்கள். இறால் வளர்ப்பு முதல் கிரானைட் கல் பாலீஷ் வரை. பட்டினி என ஏதும் கண்ணில் படமுடியாது. வீடுகள் எல்லாமே மாறிவிட்டன. குடிசைகளே அனேகமாக கண்ணில் படுவதில்லை. கிராமக்கோயில்கள் எல்லாம் புதியதாக கான்கிரீட்டில் கட்டப்பட்டு மிட்டாய்வண்ண நிறங்களில் மின்னுகின்றன. கிராமச்சாலைகளில் இருசக்கர வாகனங்கள் சிறிய எடைப் போக்குவரத்து வண்டிகள் விரைகின்றன.

பஸ்தரின் வறுமைக்குக் காரணம் இன்று இங்குள்ள மாவோயிஸ்டுகள் தான். எந்த வளர்ச்சியையும் அவர்கள் அனுமதிப்பதில்லை. சாலைகள் போட, பள்ளிகள் கட்ட, மின்சாரம் வழங்க விடுவதில்லை. இந்த மாவட்டம் முழுக்க நாங்கள் கண்டது தகர்க்கப்பட்ட சாலைகள். உடைக்கப்பட்ட பொதுக்கட்டடங்கள், பள்ளிகள். சிதைக்கப்பட்ட வழிவிளக்குகள். சுற்றுலா இல்லை தொழில் இல்லை. அந்த வறுமையின் பழியை அரசு மீது போட்டு அரசுக்கு எதிராக மக்களைத் தூண்டுகிறார்கள் அவர்கள்.

பஸ்தர் முழுக்க நாங்கள் கண்டது கிராமப்புற வறுமை. மெலிந்து வற்றிய பழங்குடி மக்கள் குழிந்த கண்களுடன் பளீரிடும் நட்புநிறைந்த சிரிப்புடன் காரை வெறித்துப் பார்க்கிறார்கள். அங்கே கிராமப் புறங்களில் கார்கள் அதிகம் செல்வதில்லை. குகைகளைத் தேடிச் செல்லும் பயணம் காரணமாகத்தான் நாங்கள் இந்த குக்கிராமச்சாலை களுக்குள் செல்ல நேர்ந்திருக்கிறது. ஒவ்வொரு வீட்டுக்குள்ளும் கண்கள் செல்லும்போது தெரியும் இருளும் வெறுமையும் நெஞ்சை கனக்கச்செய்பவை.

ஆனால் சிறிய நகரங்கள் எல்லாமே ஓரளவு வளர்ச்சியடைந்துள்ளன. ஏனென்றால் கிராமங்களுக்குச் செல்லாத வளர்ச்சி அடையாளங்களான சாலைகளும் தொடர்பும் எல்லாம் இங்கே உள்ளன. கால்நடையாக இந்த கிராமங்களுக்கு வந்துதான் பழங்குடிகள் அன்றாட வாழ்க்கையை நிகழ்த்தவேண்டியிருக்கிறது.

பழங்குடி வாழ்க்கை என்பது உண்மையில் அவர்களுடைய சூழலில் இருந்து கிடைக்கும் பொருட்களைக்கொண்டு ஒரு முழுமையான எளிய வாழ்க்கையை உருவாக்கிக் கொள்வதாகும். அதன்பின் அவர்களுக்கு எஞ்சும் நேரம் முழுக்க கலைகளுக்கும் கேளிக்கை களுக்கும் உரியது. பஸ்தரில் அப்படிப்பட்ட பழங்குடி வாழ்க்கை எங்கும் இருப்பதாகத் தோன்றவில்லை. மாறாக இன்றைய தொழில் நாகரிகத்தால் புறக்கணிக்கப்பட்ட மக்களாக அவர்கள் இதன் கருணையை யாசித்து இதன் எச்சில்பருக்கைகளைப் பொறுக்கி இதன் குப்பைகளில் வாழ்கிறார்கள்.

இன்று அவர்களுக்குத் தேவை அவர்களின் தயக்கங்களையும் அச்சங் களையும் வளர்க்கும் கொள்கைகள் அல்ல. அவர்களை அப்படியே வைத்து வேடிக்கை பார்க்கும் பண்பாட்டு நோக்கும் அல்ல. அவர்கள் இந்தத் தொழில்மயப் பண்பாட்டுக்குள் நுழைய விழைகிறார்கள். அதற்கான வாசல் அவர்களுக்குத் திறக்கப்படவேண்டும். அதற்கான பயிற்சி அளிக்கப்படவேண்டும். அதில் உரிமைகள் பெற அவர்கள் போராடுவதற்குப் பயிற்றுவிக்கப்படவேண்டும்.

- 11 -

இன்று காலை தாமதமாகவே எழுந்தோம். நேற்று மீண்டும் ஜக்தல்பூர் வந்து அதே விடுதியில் தங்கினோம். நல்லவேளையாக பஜனை முடிவுற்றுவிட்டது. நன்றாகத் தூங்கி எழுந்து ஜக்தல்பூரில் உள்ள பழங்குடி அருங்காட்சியகம் செல்லலாம் என்று எண்ணினோம். ஆனால் காலை பத்துமணிக்குத்தான் அருங்காட்சியகம் திறக்கும் என்றார்கள். காலையுணவை முடித்துவிட்டு வந்தோம். நாங்கள் தமிழகத்தில் இருந்து வந்திருக்கிறோம் என்று சொன்னதனால் ஒன்பது மணிக்கே திறக்க காவலர் ஒப்புக்கொண்டார்.

சட்டிஸ்கரின் பழங்குடிப் பண்பாட்டை மிகச்சிறப்பாகச் சொல்லக் கூடிய அருங்காட்சியகம் இது. ஆறு அறைகளிலாக பழங்குடிகளின் வாழ்க்கை சார்ந்த பொருட்கள் வைக்கப்பட்டுள்ளன. அவர்களின் வேட்டைக்கருவிகள். முதலில் அம்பு எய்து மீன்பிடிக்கும் வழக்கம் இவர்களுக்கு இருந்திருக்கிறது. தோளில் ஒரு கோடாலி இல்லாத பழங்குடியை இந்தக் காட்டில் காணவே முடியாது. விதவிதமான கோடாலிகள். மிக நீளமான அம்புகளைப்போட மிகமிக நீளமான அம்புறாத்தூளிகள்.

பழங்குடி ஆயுதங்களில் உலகம் முழுக்கவே அம்புதான் அதிகம். வாள் அனேகமாகக் கிடையாது. அபூர்வமாகக் கத்தி. கத்தி பெரும்பாலும் அன்றாட பயன்பாட்டுக் கருவிதான். விதவிதமான அரிவாட்கள். இத்தனை விதமான அரிவாட்களை எதற்காகச் செய்தார்கள் என்று புரியவில்லை.

பழங்குடிகளின் கூடைகள், மீன்பிடிக்கூடைகள், பெட்டிக்கூடைகள் என பலவகையான பிரம்பு மூங்கில் முடைவுகள் இருந்தன. அவை வெறும் பயன்பாடு கருதியவை அல்ல. அவை மிகுந்த

சில பழங்குடியினர் ஆயுதங்கள், பிரம்புப் பொருட்கள், தெய்வங்கள் - பழங்குடி அருங்காட்சியகம், ஜக்தல்பூர்

அழகுணர்ச்சியுடன் உருவாக்கப்பட்டவையும் கூட. பழங்குடிகளின் கலை என்பது பயன்பாடும் அழகும் சரிவிகிதமாகக் கலந்த ஒன்று.

மண்ணாலும் உலோகத்தாலும் செய்யப்பட்ட பலவகையான பழங்குடிதெய்வங்களை இங்கே காணமுடிந்தது. பல சிலைகள் மிகத் தொன்மையானவை. இந்தச் சிலைகளை காணும் எந்த ஒரு இந்துவும் இவை எல்லாமே இந்து தெய்வங்கள் என உணர முடியும். இந்த தெய்வங்களின் அமைப்பு, நகைகள், அமர்வுமுறை, குறியீட்டு முறை எல்லாமே பிற இந்து தெய்வங்களைப் போன்றே உள்ளன. யானைமீதேறி அமர்ந்த தேவியை எளிதில் கொற்றவை என்று சொல்லி விடமுடியும். காரணம் இந்த தெய்வங்களில் பெரும்பாலானவை இந்து வழிபாட்டுக்குள் ஏற்கெனவே நுழைந்துவிட்டவை. எஞ்சியவை இந்து பெருமரபில் இருந்து பழங்குடிதெய்வமாக ஆனவை. உதாரணம் பீமதேவ்.

இது ஏன் என்றால் இந்து மதத்தின் அடித்தளம் பழங்குடிப்பண்பாடு என்பதே. இன்று இந்துக்களாக இருக்கும் அனைவருமே வெவ்வேறு

காலகட்டங்களில் தங்கள் தெய்வங்களுடன் வந்து சேர்ந்துகொண்ட பழங்குடிகளே. மிகச்சமீபகாலமாக கிறித்தவ மதமாற்ற உத்தியின் ஒரு பகுதியாக, அவர்களிடம் நிதிபெறும் ஆய்வாளர்களால் பழங்குடிகள் இந்துக்கள் அல்ல என்றும் அவர்களின் பண்பாடு இந்துப்பண்பாட்டுக்கு நேர் எதிரானது, இந்துக்களால் ஒடுக்கப்பட்டது என்றும் சொல்லும் ஒரு தரப்பு உச்சகட்டப் பிரசாரம் வழியாகப் பரப்பப்படுகிறது. கல்வித்துறைகளில் பணபலத்தால் நிறுவப்பட்டும் வருகிறது. இத்தகைய ஒரு பழங்குடி ஆவணக்காப்பகம் அதற்கு எதிரான கண்கூடான ஆதாரம்.

அருங்காட்சியகத்தைப் பார்த்துவிட்டு நேராக ராய்கர் பாதையில் கிளம்பிச்சென்றோம். இங்கே வழிகேட்டுச் செல்வது ஒரு அபாரமான அனுபவம். பெரும்பாலானவர்கள் அதிகம் பயணம் செய்யாதவர்கள். பயணம்செய்வதற்கான அச்சம் இங்கே அதிகம். ஆகவே ஐம்பது கி.மீ. தொலைவில் உள்ள ஓர் இடம் இவர்கள் அறியாதது. ஆனால் அக்கறையுடன் வந்து நட்புடன் வழி சொல்வார்கள்.

மலஞ்ச்குடும் அருவியையும் (Malanjhkudum Falls, Kanker District) ஜோகி குகையையும் பார்ப்பதற்காகச் சென்றோம். காங்கர்சிட்டி என்ற ஊரிலிருந்து வழிகேட்டு வழிகேட்டுச் சென்றோம். சட்டிஸ்கரின் குக்கிராமப்பகுதி. பஸ்தரை விட்டு வெளியே வந்துவிட்டோம். சிலேட்டுப்பாறைகள் இல்லாமலாகிவிட்டன. கருங்கல் பாறைகள். அதற்கேற்ப வீடுகள் களிமண்ணால் ஆனவையாகவும் வளையோடு போட்டவையாகவும் மாறின. கால்களில் கண்ணகியின் சிலம்பு போன்று அலுமினியத்தாலான சிலம்பை அணிந்த பெண்கள் தொடைக்குமேல் ஏற்றிக்கட்டி மார்பையும் மறைத்த வேட்டியுடன் குழந்தைகளையும் மூட்டைகளையும் சுமந்துகொண்டு கடந்து சென்றார்கள்.

வழிநெடுகப் பேசிக்கொண்டே சென்றோம். அர்விந்த் அமெரிக்காவில் எம்.ஐ.டியில் தத்துவத்தில் உள்ளுணர்வு பற்றி ஆராய்ச்சி செய்கிறார். நான் எழுதிய எரிக் ஹாப்ஸ்வம் பற்றிய குறிப்புகள் மிக முக்கியமானவை என்று சொன்னார். ஹாப்ஸ்வமின் ஒட்டுமொத்தப் பங்களிப்பை நான்கு காலகட்டங்களாகப் பிரிக்கலாம் என்று சொன்னேன். அவரது உண்மையான இடம் ஐரோப்பிய தொழிற் சமூகங்களின் பரிணாமம் பற்றிய அவரது ஊகங்களினால்தான் உருவாகியிருக்கிறது. அவருக்கும் பின் நவீனத்துவர்களுக்குமான மோதல் பற்றி நீண்ட பேச்சு பின்நவீனத்துவத்தின் இன்றைய நிலை வரை சென்றது.

அருவியைக் கண்டுபிடித்தோம். மலைகளுக்கு உள்ளே தன்னந்தனியாக விழுகிறது. மிக உயரத்தில் இருந்து பல பாறைகளிலாக சரிந்து

மலஞ்சகுடும் அருவி -
நீர் இல்லாமல்
ஓடையாக...

அருவியை
நோக்கி...

சரிந்து விழும் அருவி மழைக்காலத்தில் உக்கிரமாக இருக்கலாம். நாங்கள் போனபோது நீர் இல்லாமல் ஓடையாக வழிந்து கொண்டிருந்தது. அருவியைப் பார்க்க ஒரு இரும்புக் கயிற்றுப் பாலம் இருந்திருக்கிறது, நாற்பதாண்டு பழையது. அதை மாவோயிஸ்டுகள் தகர்த்திருந்தனர். அருகே ஒரு படிக்கட்டு. கிட்டதட்ட ஆயிரம் படிக்கட்டுகள். மூச்சிரைக்க மேலேறிச் சென்றால் அருவியின் தொடக்கத்தைக் காணலாம். அந்தப் படிக்கட்டுக்குப் போடப்பட்ட விளக்குகளும் மாவோயிஸ்டுகளால் அழிக்கப்பட்டு தூண்கள் மட்டும் நின்றன.

இனிய மாலை. முற்றிலும் அன்னிய ஊரில் சூரியன் மிகமிக அறிமுகமானவனாக இருக்கிறான்.

- 12 -

இந்தப்பயணத்தில் முக்கியமான சிக்கல்கள் சில உள்ளன. குகைகள் நடுவே உள்ள நெடுந்தூரம். அதை நிரப்புவதற்காக வழியில் உள்ள வேறு இடங்களை சேர்த்துக்கொள்ளவேண்டியிருந்தது. தூரங்களைக் கூட நாங்கள் தமிழகக் கணக்குப்படி மானசீகமாக கணித்திருந்தோம். ஆனால் சட்டிஸ்கரில் ஐம்பது கி.மீ. என்பது இரண்டுமணிநேர பயணம். தமிழகக் கணக்குக்கு இரு மடங்கு. ஆகவே எல்லா கணிப்புகளும் தவறின. புதிய இடங்களைப்பார்ப்பதற்காக வழியை கொஞ்சம் மாற்றும்போது ஒருநாளையே இழந்துவிட நேர்ந்தது.

மேலும் குகைகள் பெரும்பாலும் புகழ்பெற்ற சுற்றுலா இடங்கள் அல்ல. அவை அடர்கானகத்துக்குள் இருந்தன. முன்னரே விரிவான ஏற்பாடுகள் செய்யாமல் சென்றால் அவற்றைக் கண்டுபிடிப்பது கடினம். இதை நாங்கள் எதிர்பார்க்கவில்லை. நாங்கள் முடிந்தவரை பெரிய குகைகளையே பார்க்க எண்ணியிருந்தோம். ஆனாலும் சில குகைகளை கண்டுபிடிக்கவே முடியவில்லை. அவற்றில் ஒன்று ஜோகி குகைகள் (Jogi Caves, Kanker District). அவை அருவிக்கருகே இருக்கின்றன என்று சொன்னார்கள். சில காவலர்களும் உறுதி செய்தனர். ஆனால் அருவிக்கு அருகே மது அருந்த வந்தவர்களாகத் தென்பட்ட இருவர் அங்கே அப்படி குகையே இல்லை என்று சொல்லி விட்டார்கள். தேடிப்பார்த்தும் கண்டுபிடிக்கமுடியவில்லை. பின்னர் திரும்பும்போது யோசித்தோம், மது அருந்துவது போல அவர்கள் நடித்திருக்கலாம், அவர்கள் மாவோயிஸ்டுகளாக இருக்கலாம் என்று.

இரவு தம்தாரி என்ற ஊரில் சாலையோர விடுதியில் தங்கினோம். முதலில் அறைகேட்ட விடுதி பரிதாபநிலையில் இருந்தது. ‘இன்னும் கொஞ்சம் நல்ல விடுதி இங்கே உள்ளதா?’ என்று கேட்டபோது ‘இருக்கும் விடுதிக்கே ஆட்களைக் காணோம்’ என உரிமையாளர்

முணுமுணுத்தார். கடைசியில் ஒரு வழிப்போக்கர் சொன்ன விடுதி சுமாராக இருந்தது. ஆனால் அதியுக்கிரமான கொசு. நண்பர்கள்தான் புகார் சொன்னார்கள். நான் தூங்கிவிட்டேன்.

காலையிலேயே கிளம்பிவிட்டோம். கிட்டதட்ட பகல் முழுக்க கார்ப்பயணம் என்றுதான் சொல்லவேண்டும். ஆனால் இன்று பார்த்த ஊர் மிக முக்கியமானது. சிர்பூர் இப்போது இந்திய வரலாற்று ஆய்வாளர்கள் நடுவே அதிகமாகப் பேசப்படுகிறது. சென்ற இருபதாண்டுகளில் அடையாளம் காணப்பட்டு அகழ்வாய்வு செய்யப் பட்டுவரும் இந்த ஊர் ஒரு பிரம்மாண்டமான தொல்நகரம். மாபெரும் ஏரி ஒன்று நகர் நடுவே உள்ளது. ஏழாம் நூற்றாண்டு வரை இந்நகரம் ஒரு முக்கியமான கல்விநகரமாக இருந்துள்ளது. நாளந்தாவைவிட பழமையானது, நான்குமடங்கு பெரியது என்கிறார்கள்.

சமஸ்கிருதத்தில் இதை ஸ்ரீபுரம் என்று சொல்லவேண்டும். செல்வ நகரம் அல்லது திருநகரம் என்று மொழியாக்கம் செய்யலாம். தட்சிண கோசலம் என்றழைக்கப்பட்டது இப்பகுதி. ஸ்ரீபுரம் அதன் தலைநகரம். கி.மு.ஐந்தாம் நூற்றாண்டுமுதலே இந்த நகரம் இருந்திருக்கிறது. முக்கியமான வேதக்கல்வி மையமாக இருந்த இந்நகரத்தில் கி.மு.இரண்டாம் நூற்றாண்டில் சமணமும் பௌத்தமும் செல்வாக்கு கொண்டன.

கோசலர்களின் ஆட்சிக்குப்பின் சாதவாகனர்கள் காலத்தில் இந்நகரம் மேலும் விரிவடைந்தது. சோமவன்ஷிக்கள் அல்லது பாண்டவ வன்ஷிக்கள் என்ற மன்னர்கள் பின்னர் இந்நகரை தலைநகரமாகக் கொண்டு ஆட்சி செய்தார்கள். கடைசியாக காலசூரிகளின் ஆட்சி நிலவியது. சோமவன்ஷிக்களின் காலகட்டத்தில் மாமன்னர் மகாசிவகுப்த பல்லார்ஜுனர் இந்நகரை இன்றுள்ள வடிவில் கட்டி விரிவாக்கினார்.

அழிந்துகிடந்த சிர்பூர் வெள்ளையர் ஆட்சிக்காலத்திலேயே கண்டுபிடிக்கப்பட்டு ஆவணப்படுத்தப்பட்டது. சர் அலெக்ஸாண்டர் கன்னிங்ஹாம் இந்நகரைப்பற்றி எழுதியிருக்கிறார். ஆனால் பின்னர் இந்நகரை ஆய்வுக்கு உட்படுத்தவில்லை. மத்தியப்பிரதேசத்தில் இருந்து சட்டிஸ்கர் பிரிந்தபின் சட்டிஸ்கரின் பண்பாட்டுத் தனித் தன்மையைப்பற்றிய ஆர்வம் ஏற்பட்டது. அதன் விளைவாகவே மீண்டும் ஆய்வுகள் ஆரம்பித்தன. சிர்பூர் விரிவான அகழ்வாய்வுக்கு உட்படுத்தப்பட்டது. இப்போது இந்நகரம் சட்டிஸ்கர் அரசின் கோரிக்கை வழியாக உலக பாரம்பரியச் செல்வமாக அறிவிக்கப்பட்டுள்ளது.

ஸ்ரீபுரம் நகரின் அளவு இன்றைய ஆய்வாளர்களை பிரமிப்படையச் செய்கிறது. இன்று இங்கே நூற்றைம்பது கோயில்கள் கண்டுபிடிக்கப்

பட்டுள்ளன. நகரம் நாற்பது சதுர கிலோமீட்டர் பரப்புள்ளதாக இருந்திருக்கலாம் என்கிறார்கள். மகாநதியின் கரையில் உள்ளது இந்நகரம். ஆகவே முக்கியமான நீர்வழிப்பாதை இதற்கு இருந்திருக்கிறது. துறைமுகத்தொடர்பு சாத்தியமாகியிருக்கிறது. கடலில் இருந்து நதிவழியாக உள்நிலத்துக்கு வந்து வடக்கே அஜந்தாவுக்கோ ஜனக்பூருக்கோ செல்லக்கூடிய வணிகப்பாதை இதுவாக இருந்திருக்கலாம்.

ஸ்ரீபுரம் அன்றைய பண்பாட்டின் மிகச்சிறந்த உதாரணம். இந்துமதமும் பௌத்த சமண மதங்களும் பலநூற்றாண்டுக்காலம் அருகருகே எந்த விதமான மோதலும் இல்லாமல் நீடித்ததை இந்த நகரின் கோயில் களிலும் விகாரங்களிலும் காணலாம். அந்தக்காட்சியை நாம் சிலப்பதி காரத்திலும் காணலாம்தான். இந்தியாவின் நூற்றுக்கணக்கான காவியங்களில் அதைக் காணலாம். காஞ்சி போன்ற தொல்நகரங்களில் கண்கூடாகக் காணலாம்.

ஆனாலும் சென்ற அரைநூற்றாண்டாக நம்முடைய வரலாற்றாய்வுக் கூலிப்படை இந்துமதம் சமண பௌத்த மதங்களுடன் போராடி அவற்றை அழித்தது என்ற பொய்யை உச்சகட்ட பிரசாரமாக முன்வைத்து வருகிறது. வரலாற்றாய்வுத்தளத்தில் இருந்து இன்று ஆங்கில செய்தி ஊடகங்களுக்கு ஒரு நிரூபிக்கப்பட்ட உண்மையாக அதைக் கொண்டுவந்துவிட்டார்கள். அவற்றை எழுதுபவர்களும் வாசிப்பவர்களும் ஸ்ரீபுரம் போன்ற ஒரு வரலாற்றுநகரை எட்டிக்கூட பார்த்திருக்கமாட்டார்கள்.

சிர்பூர் எப்படி அழிந்தது என்பது பலவாறாக விவாதிக்கப்படுகிறது. இந்நகர் மகாநதியில் வந்த பெருவெள்ளம் அல்லது பூகம்பத்தால் அழிந்திருக்கலாம் என்பதே ஆய்வாளர் நம்பிக்கை. காரணம் இந்நகரம் 1872 வரை முழுக்க மண்ணிலும் வண்டலிலும் மூழ்கிக் கிடந்தது. 1872ல் டாக்டர் ஜோசப் டேவிட் பெக்லர் தலைமையில் இங்கே முதல் அகழ்வாய்வு நிகழ்ந்தது. அப்போதே இங்குள்ள பல முக்கியமான இந்து ஆலயங்கள் கண்டெடுக்கப்பட்டன. இன்று இந்த இடத்தில் உள்ள முதன்மையான, தொல்சின்னமான ஆனந்தபிரபு பௌத்த விகாரமும் அதனருகே உள்ள ஸ்வஸ்திக பௌத்த விகாரமும் சமீபத்தில்தான் கண்டடையப்பட்டன.

மதியவெயிலில் சிர்பூர் வந்து சேர்ந்தோம். எந்தத்தொல்நகரையும் காலையிலோ மாலையிலோதான் பார்க்கவேண்டும். காலையைவிட அஸ்தமன நேரம் நல்லது. மதியவெயிலில் முற்றிலும் வேறு உணர்வு, ஒருவகை வெறுமை மனதில் நிறைந்தது. சிர்பூரின் பெரும்பாலான கட்டடங்கள் சுட்ட செங்கற்களால் கட்டப்பட்டவை. அடித்தளங்கள்

சிர்பூர், சட்டிஸ்கர்

அகழ்ந்தெடுக்கப்பட்ட சிலைகள், சிர்பூர்

கூட செங்கற்களே. இன்று பெரும்பாலான கட்டடங்களின் அடித்தளங்கள் மட்டுமே எஞ்சுகின்றன. மிகமிக உறுதியான செங்கற்கள். ஆயிரத்து முந்நூறு வருடங்களாகியும் நேற்று கட்டியவை போல உறுதியான விளிம்புகளுடன் இருந்தன.

செங்கல் அடித்தளங்கள் வழியாக நடக்கும்போது நாளந்தாவுக்குச் சென்ற உணர்வே ஏற்பட்டது. நடுவே உள்ள ஆனந்தபிரபு விகாரம் மிகப்பெரியது. கட்டடம் முழுக்க செந்நிறமான கல்லால் ஆனது. நுணுக்கமான சிற்ப வேலைப்பாடுகள் செதுக்கப்பட்ட தூண்கள். விதவிதமான காதலர் சிலைகள். அவற்றில் கணிசமானவை நெடுங்காலம் மண்ணில் புதைந்து மழையில் அரித்து கரைந்த நிலையில் உள்ளன. சில சிலைகள் கரையாமல் திகைப்பு அளிக்கும் அழகுடன் எஞ்சுகின்றன. போதிசத்துவர்கள், தேவதைகள். நடுவே பூமிதொடுகை முத்திரையுடன் அமர்ந்திருக்கும் புத்தரின் செந்நிறக்கல் திருமேனி. இந்த விகாரம் தேரவாத பௌத்தர்களுக்குரியது.

அதனருகே உள்ள ஸ்வஸ்திக விகாரத்தில் கருவறைக்குள் சிலை இல்லை. சிறிய அறைகள் கொண்டது இந்த விகாரம். இங்கே மூன்று பெருமதங்களின் ஆலயங்களும் அருகருகே உள்ளன. அருகே உள்ள சிவன் கோயிலில் உடைந்த லிங்கம் கருவறைக்குள் இருக்கிறது. மொத்த கோயிலுமே இடுப்பளவு உயரமுள்ள குட்டிச்சுவராகவே எஞ்சுகிறது. இங்கே அருகே இருக்கும் அடித்தளம் கோயிலதிகாரியின் வீடாக இருந்திருக்கலாம் என்கிறார்கள். அங்கே நான்கு ஆழமான நிலவறைகள். அவற்றில் இருந்து ஏராளமான சங்குவளையல்கள் கிடைத்திருக்கின்றன.

இப்பகுதி முழுக்கக் கட்டடங்களின் அடித்தளங்கள். அவற்றில் சமண ஆலயங்கள் பல உள்ளன. ஆனாலும் ஸ்ரீபுரத்தின் முக்கியமான மதம் என்றால் சைவம்தான். இங்கே நூற்றி எட்டு சிவன் கோயில்கள் உள்ளன. விஷ்ணு ஆலயங்கள் நான்குதான். பெரும் சமண மடாலயம் ஒன்றின் இடிபாடுகள் உள்ளன. இந்நகரத்தை ஓர் ஆய்வாளர் முறையாகப் பார்க்க எப்படியும் ஒருமாதம் தேவைப்படும்.

அங்கிருந்த அருங்காட்சியகத்தைப் பார்த்தோம். இங்கே சிலை களுக்குப் பெரும்பாலும் களிமண்பாறைகள்தான் பயன்படுத்தப் பட்டுள்ளன. அவை காலத்தால் அரிக்கப்பட்டு உருவிழந்து காணப் படுகின்றன. ஆனாலும் அகழ்வைப்பகத்தில் இருந்த போதிசத்வர் சிலைகள் அழகானவை. அஜந்தா ஓவியங்களில் உள்ள மாபெரும் ரஜதகிரீடங்கள் சூடிய போதிசத்வர்கள் அவர்கள். இரண்டு அற்புத மான மகிஷாசுரமர்த்தனி சிலைகள் சிதையாமல் இருந்தன. நாகபடம் சூழ அமர்ந்திருக்கும் யோக உபவிஷ்ட புத்தரின் சிலை அழகியது.

லட்சுமணர் கோயில், சிர்பூர்

இங்கே முழுக்க இடியாமலிருக்கும் இரு கோயில்கள் ராமர் கோயில், லட்சுமணர் கோயில் என உள்ளூரில் சொல்லப்படுகின்றன. ராமர்கோயில் முகடு உடைந்த நிலையில் உள்ளது. லட்சுமணர் கோயில் ஏறத்தாழ முழுமையாகவே உள்ளது. முழுக்கமுழுக்க சுட்ட செங்கல்லில் கட்டப்பட்ட கோயில் இது. மிக உறுதியான செங்கல். செங்கல்லிலேயே சிற்பங்களும் அலங்காரங்களும் செதுக்கப் பட்டுள்ளன. மகாநதியின் உயர்தரக் களிமண்ணின் கொடை அது. அந்தக்கோயிலின் செந்நிறம் பேரழகுடன் தோன்றியது.

லட்சுமணர் கோயிலின் உள்ளே போதிசத்வர் சமேத புத்தர்சிலைகளை தூக்கிக் கொண்டுவைத்து ராமலட்சுமணர்களாக வழிபட்டு வருகிறார்கள் உள்ளூர்க்காரர்கள். கோயிலின் முகப்பு சிலைகளால் ஆன மாபெரும் தோரணவாயில் கொண்டது. செந்நிறமான கல்லில் செதுக்கப்பட்டது. அவற்றில் விஷ்ணுவின் அவதாரங்கள் நுணுக்க மான சிலைகளாகச் செதுக்கப்பட்டுள்ளன. பூவராகமூர்த்தி சிலையும் உலகளந்தான் சிலையும் அழகுடன் உள்ளன. பெரும்பாலான சிலைகள் மழுங்கிவிட்டன. நேர்மேலே விஷ்ணு பள்ளிகொண்ட சிலை உள்ளது. அது ஒரு விஷ்ணுகோயிலாக இருந்திருக்கிறது.

கோயிலின் இருபக்கமும் உள்ள சிலைகளில் காதலர் சிலைகள் அழகியவை. மிக நளினமான நிலைகள். குறிப்பாக காதலியைப் பின்புறமாக வந்து அணைத்து நிற்கும் காதலன் சிலை அதிகமாகக் காணக்கிடைக்காத தோரணை கொண்டது. நுணுக்கமான ஆடையணி கள். துல்லியமான முகபாவனை. செந்நிறமான கல்லில் செப்புச்சிலைகள்

போல அவை மின்னின. இதழ் முத்தம் அளிக்கும் செந்நிறமான சிலையை வெகுநேரம் பார்த்துக் கொண்டிருந்தேன். கஜுராகோவை விட மேலான அற்புதமான சிலைகள் இங்கே இருந்திருக்கவேண்டும். அந்தப் பெண்ணின் கொண்டை சுருள் சுருளாக அமைந்திருந்தது, ஆணின் தலைமுடி மெல்லிய சடைகளின் தொகை. சிர்பூரில் இருந்து மன மில்லாமல்தான் கிளம்பினோம். எங்கள் திட்டத்தில் அந்த ஊர் இல்லை. சட்டிஸ்கரின் வரலாற்றை ஆராயும் ஒரு பயணத்தைத் தனியாகவே போடவேண்டும். இந்தியாவை அப்படிப் பல கோணங்களில் பார்த்து முடிக்க ஆயிரமாண்டு ஆயுளும் தேவைப்படும்.

காதலர்கள், லட்சுமணர் கோயில்

நாங்கள் மதிய உணவு உண்ணவில்லை. சட்டிஸ்கர் மாநிலம் உருவான பின்னர் அரசு சுற்றுலாவை மேம்படுத்த மிகப்பெரிய திட்டங்களை வகுத்துள்ளது. பெரும்பாலான இடங்களில் வேலைகள் நடந்து கொண்டு இருக்கின்றன. சிர்பூரில் இருந்த அரசு உணவகமும் தங்குமிடமும் சர்வதேசத்தரம் கொண்டவை. கட்டிமுடித்து சில மாதங்களே ஆனவை. ஆனால் உணவுக்கு நாங்கள் முன்னரே சொல்லி யிருக்கவில்லை. சிர்பூருக்கு சுற்றுலாப்பயணிகள் வருவது குறைவு. ஆகவே வேறுவழியில்லாமல் கிளம்பினோம்.

ராய்கட் (Raigarh) என்ற அடுத்த ஊருக்கு காரில் செல்லும் வழியில் ஒரு டாபாவில் சாப்பிட்டோம். ராய்கருக்கு இரவு ஏழு மணிக்கு வந்து சேர்ந்தோம். சட்டிஸ்கர் அரசின் சுற்றுலா விடுதியில் அறை கிடைத்தது. புதிய விடுதி. இப்படி சுற்றுலா விடுதிகள் எவையும் தமிழகத்தில் கிடையாது.

ஒன்றைக் கவனித்தேன். மாவோயிஸப்பிரச்சினை உள்ள தண்டகாரண்ய பகுதி மட்டும் இங்கே எந்த விதமான வளர்ச்சித்திட்டங்களும் இல்லாமல் தேங்கிக் கிடக்கிறது. அப்பிரச்சினை சரிசெய்யப்பட்ட பிற பகுதிகளில் சாலைகள் சிறப்பாக உள்ளன. ஒட்டுமொத்தமாகவே வளர்ச்சியும் வளமும் கண்ணுக்குப்படுகிறது.

- 13 -

ராய்கட் விடுதியில் இரவு தங்கியிருந்தோம். நான் கட்டுரை எழுதிக் கொண்டிருந்தபோது நண்பர்கள் இரவுணவுக்குச் சென்றார்கள். அங்கே பிருந்தாவன் சத்ரி என்பவரின் உணவகத்தில் சாப்பிட்டார்கள். பிருந்தாவன் சத்ரி அவர்களைப்பற்றி விசாரித்திருக்கிறார். அவர்கள் குகைப்பயணம் வந்தவர்கள் என்று தெரிந்ததும் உற்சாகமடைந்து வீட்டில் இருந்து குழந்தைகளை எல்லாம் வரவழைத்து அறிமுகம் செய்திருக்கிறார். இனிப்பு கொடுத்து உபசரித்திருக்கிறார். மறுநாள் செல்லவேண்டிய இடங்களை விரிவாக அடையாளப்படுத்திக் கொடுத்து வேண்டுமென்றால் வழிகாட்டியாகத் தன் மகனையும் அனுப்பி வைப்பதாகச் சொன்னாராம்.

காலையில் நானும் நண்பர்களும் அவரது விடுதிக்குச் சென்று சாப்பிட்டோம். உற்சாகமாக வந்து பேசிக்கொண்டிருந்தார். நண்பர்களில் இருவருக்கு மட்டுமே இந்தி தெரியும். அவரிடம் கன்னியாகுமரிக்கு வந்தால் தொடர்புகொள்ளச்சொல்லி செல்பேசி எண் கொடுத்தேன். இந்தியப்பயணங்களில் எங்கும் இதேபோன்ற உணர்ச்சிமிக்க வரவேற்புகளையும் நட்புகளையும் மட்டுமே அறிந்திருக்கிறோம். இந்தியா என்ற உணர்வை ஆழமாக தரிசிக்கும் கணங்கள் அவை. ஆனாலும் ஒவ்வொரு முறையும் அது ஓர் அதிசய நிகழ்வாகவும் படுகிறது.

முதலில் கப்ரா பஹாட் (Kabra Pahad, Chhattisgarh) என்ற இடத்துக்குச் சென்றோம். சட்டிஸ்கரில் உள்ள ஐம்பதுக்கும் மேற்பட்ட குகை ஓவியங்கள் இருக்கும் பகுதி அது. பழைய அனுபவங்களில் இருந்து ஒன்றைக் கற்றுக்கொண்டோம். வழிகாட்டியாக ஒருவரைக் கூட்டிக்கொள்ளாமல் மலையேறக்கூடாது. ஊருக்குள் சென்று விசாரித்தபோது பலருக்கும் குகையைப்பற்றி ஒன்றுமே

தெரியவில்லை. கடைசியில் ஒரு பெரியவர் வருவதாகச் சொன்னார். அவரையும் வண்டியில் ஏற்றிக்கொண்டோம்.

மலையில் இருந்து நீர் வழிந்து ஓடிய இடைவெளிதான் பாதை. பாறைகள் உருண்டு கிடந்தன. அதனூடாக ஆயிரம் அடி ஏறிச்செல்ல வேண்டும். வழிகாட்டி இல்லாமல் அடர்ந்த காட்டில் அந்த இடத்தைக் கண்டுபிடிக்கவே முடிந்திருக்காது. மேலே செல்லும் வழியில் நின்று நின்று மூச்சிரைத்துச் சென்றோம். மேலே சென்றது ஒரு ஏமாற்றம். அது குகை அல்ல. செங்குத்தாக ஆயிரம் அடிக்குமேல் உயரத்தில் மேலே ஏறிய சுண்ணாம்புக்கல் பாறையின் அடியில் இருந்த பள்ளம்தான். மழைநீர் அங்கே வராது. ஒரு சின்ன சாமி பிரதிஷ்டை இருந்தது.

கொஞ்சம் ஏமாற்றத்துக்குப் பின்னர்தான் குகை ஓவியங்களைக் கண்டுபிடித்தோம். பாறைப்பரப்பில் செம்மண் நிறத்தில் வரையப் பட்ட நுணுக்கமான ஓவியங்கள். கருக்கியூரில் சமீபத்தில் பார்க்க நேர்ந்த குகை ஓவியங்களைப்போலவே இவையும் இருந்தன. பெரும் பாலும் மிருகங்கள். ஆடுகள், மாடுகள், மான்கள், முதலை... மனிதர்கள் இல்லை என்ற ஆச்சரியத்தை கவனித்தேன்.

கப்ரா பஹாட் குகை ஓவியங்கள்

நான் கண்ட எல்லா குகை ஓவியங்களிலும் சில பொது அம்சங்கள் உள்ளன. பெரும்பாலும் மிருகங்கள். அவை எப்போதும் சலன நிலையில் தான் இருக்கும். மான்கள் ஓடிக்கொண்டிருக்க, மாடுகள் மேய்ந்து கொண்டிருக்கும். மிருகங்களின் உடலின் தோற்றமும் சலனமும் மிகுந்த யதார்த்தத்துடன் இருக்கையில் மனித உருவங்கள் தோராய மாகவே இருக்கும். வெளிப்புறக்கோடுகளாக உருவங்கள் வரையப் பட்டிருப்பதில்லை. மொத்தையாக உள்ளே

வண்ணம்பூசி நிறைக்கப்பட்டவையாகவே இருக்கும். என்னுடைய பொத்தாம்பொதுவான பார்வையில் நான் இந்தியாவிலும் வெளி நாட்டிலும் பார்க்க நேர்ந்த குகை ஓவியங்கள் நடுவே பெரிய வேறுபாடு எதுவும் தென்படவுமில்லை.

ஓவியங்களைப் பாதுகாக்க இரும்புவேலிகள் போட்டிருக்கிறார்கள். ஆனால் அவற்றைப் பெயர்த்துவிட்டார்கள் கிராமவாசிகள். அதன்பின் அங்கே சுற்றுலா வந்த பள்ளிமாணவர்களும் கல்லூரி மாணவர்களும் ஓவியங்கள் மீது விதவிதமாகப் பெயர்களைக் கிறுக்கி வைத்திருக் கிறார்கள். பெயிண்டை ஊரிலிருந்தே கொண்டுவந்து கிறுக்கியிருக் கிறார்கள் என்று தெரிகிறது. ஓவியங்கள் இன்னும் எத்தனை நாட்களுக்கு இருக்குமென்பதே சந்தேகம்தான்.

பெரியவருக்குப் பணம்கொடுத்து நன்றி சொன்னபின் கிளம்பி சிங்கன்பூர் (Singhanpur, Raigarh, Chhattisgarh) சென்றோம். அங்கே மூன்று குகைகள் உள்ளன என்று நிலவியல் ஆய்வுக்குறிப்புகள் சொல்லின. ஒன்றில் குகை ஓவியங்கள் உள்ளன என்றார்கள். சிங்கன்பூர் சென்று ஊரில் கேட்டபோது குகைகளைப்பற்றி அங்கே ஆழமான அச்சம் இருப்பது தெரிந்தது. குகைகளில் தேனீக்களும் விஷவண்டுகளும் இருப்பதாகச் சொன்னார்கள். கடைசியில் ஊரிலிருந்து ஒருவர் வந்து வழிகாட்டுவதாகச் சொன்னார். குளிக்கப் போவதாகவும் காத்திருந்தால் வருவதாகவும் சொன்னார். சிங்கன்பூரில் ஒரு சாணிமெழுகிய திண்ணையில் அமர்ந்து காத்திருந்தோம். எதிரில் ஒரு பெரிய தண்ணீர்த் தொட்டி. அதில் ஒருவர் குளித்துக்கொண்டே இருந்தார். அவர் நிதானமாகக் கைகால் நகங்களைத் தோண்டி சுத்தம் செய்யும்போதெல்லாம் தண்ணீர் கொட்டிக்கொண்டே இருந்தது. நெடுநேரம் குளித்தார். அந்த ஊருக்கு வந்து ஒருவரின் குளியலைப்பார்க்கும் 'பிராப்தம்' இருக்கிறது என்று சிரித்துக் கொண்டோம்.

இரு வழிகாட்டிகள் வந்தனர். ராஜ் சௌகான் அங்கே ஏதோ அரசுவேலை பார்க்கிறார். இன்னொருவர் சின்னப்பையன். இருவருமே மெலிந்த குள்ளமான உடல்வாகு கொண்டவர்கள். கொஞ்ச தூரம் காரில் மேலேறினோம். அதன்பின் கார் மேலே செல்ல முடியாதபடி வழி பாறைகளால் ஆனதாக மாறியது. அவர்களைப் பின்தொடர்ந்து மேலேறிச்சென்றோம். மதிய வெயிலில் வியர்வை கொட்ட மூச்சு அனலாக வீச ஒரு மலையேற்றம்.

மூன்றுகுகைகள். முதல்குகையின் வாசல் சற்று சிறியது. ஆனால் உள்ளே ஒரு பெரிய கூடமளவுக்கு இடமிருந்தது. இரு வழிகளாக குகை பிரிந்து ஆழத்துக்குள் சென்றபடியே இருந்தது. நூறடிக்கு அப்பால் தவழ்ந்துதான் செல்லமுடியும். தரையில் ஒரு அடி உயரத்துக்கு

வௌவால்களின் எச்சம். மேலே வௌவால்கள் அடர்ந்திருந்தன. பாறைகள் முழுக்க வவ்வால் எச்சத்தின் பிசுக்கு. மூச்சுத்திணறச் செய்யும் நெடி. இருட்டுக்குள் டார்ச் விளக்கை வீசித்தான் பார்க்க முடிந்தது. மறந்தும்கூட விளக்கொளியை மேலே தூக்கிவிடமுடியாது. அந்த இருட்டுக்குள் குகைக்குள் வௌவால்கள் பிராண்டினால் தப்பிக்க முடியாது. வௌவால்களில் ரேபீஸ் கிருமிகள் உண்டு.

அங்கே ஓவியங்களேதும் இல்லை. இரண்டாவது குகைக்குள் ஓவியங்கள் இருந்தன. ஆனால் அருகே செல்லவே முடியாது. வழிகாட்டிகள் அருகே செல்லவேண்டாம் என்று திடமாக தடுத்து விட்டார்கள். அப்பகுதி முழுக்க தேனீக்கூடுகள். இடுங்கலான உயரமான ஒரு வெடிப்புதான் அது. அதற்குள் மலைவண்டுகள் இருப்பதாக வழிகாட்டி சொன்னார்.

சிங்கன்பூர் குகை முகப்பு

மூன்றாவது குகை பெரியது. ஒரு நல்ல கோயில்மண்டபம் அளவுக்குப் பெரியது. மேலே பாறைக்கூரை முழுக்க வௌவால்கள் செறிந்து தொங்கின. தரையில் அவற்றின் நாட்பட்ட எச்சம். அந்த குகையும் இடுங்கலாகி உள்ளே சென்று கொண்டே இருந்தது. உள்ளே செல்வதா வேண்டாமா என்ற குழப்பம். நாங்கள் புகழ்பெற்ற குகைகளைப் பார்க்கத்தான் திட்டமிட்டிருந்தோம். குகைகளை ஆராய்வது எங்கள் திட்டமல்ல. அதற்கான கருவிகளோ வசதிகளோ பயிற்சியோ எங்களுக்கில்லை. மேலும் குகை வாயிலில் கிடந்த பெரிய ராஜநாகத்தின் சட்டை பலமான எச்சரிக்கையாகவும் இருந்தது.

மலையிறங்கி கீழே வந்தோம். மதியவெயிலில் அந்த மலையேற்றம் அன்றைய பயணத்தின் உச்சமாக அமைந்துவிட்டது. வழிகாட்டிக்குப் பணம் கொடுத்தபோது மறுத்துவிட்டார். ‘இது உதவி, வேலை அல்ல’ என்று சொல்லிவிட்டார். ‘அநியாயத்துக்கு நல்லவனுங்களா இருக்கானுகளே’ என்று கிரிமினல் கிருஷ்ணன் அலுத்துக்கொண்டார்.

எங்கள் அடுத்த இலக்கு அம்பிகாபூர். அது இருநூறு கிலோமீட்டர் தொலைவில். அதுவரை நீண்ட பயணம்தான்.

- 14 -

அம்பிகாபூர் விடுதியில் காலையில் எழுந்து ஜோகிமாரா, சீதா பாங்க்ரா (Jogimara Caves, Sita Bengra Caves, Ambikapur) குகைகளுக்குக் கிளம்பினோம். வழக்கம்போல வழியில் டீ சாப்பிட்டபின் எல்லா சாலைச் சந்திப்புகளிலும் வழிகேட்டு வழிகேட்டு சென்றோம். எங்களுடன் வந்த இருவருக்கு நன்றாகவே இந்தி தெரியும். சேலம் பிரசாத், ஓட்டுநர் நீல்கண்ட் இருவரும். ஆனாலும் வழி குழம்பிக் கொண்டே இருந்தது. ஏனென்றால் நாங்கள் செல்லும் குகைகள் வழக்கமாக அந்த ஊர்க்காரர்களே செல்லக்கூடிய இடங்கள் அல்ல.

வழியில் ஒருவர் ஏறிக்கொண்டார். பத்திரிகை ஏஜெண்டும் துணிக்கடை உரிமையாளருமான தீபக் அகர்வால் வழிகாட்டிக் கூட்டிச் சென்றார். ஜோகிமாரா குகை அவரது ஊருக்கு கொஞ்சம் அப்பால் தான். வழியில் சட்டிஸ்கர் பற்றி கேட்டுக்கொண்டே சென்றோம். நாங்கள் அவதானித்த விஷயங்களுக்கு பலவகையிலும் இணைந்து போவதாகவே அவரது கூற்று இருந்தது.

நாங்கள் சட்டிஸ்கரில் நுழைந்தது தண்டகாரண்யப் பகுதியில். அப்பகுதியில் உள்கட்டமைப்பு வசதிகள் மிகமிக மோசம். சாலைகள் பலநூறு கிலோமீட்டர் தொலைவுக்கு பழுதடைந்து கிடந்தன. பாலங்கள் உடைந்து கிடந்தன. பல இடங்களில் பிகாரி தொழிலாளர்கள் சாலைகள் போட்டுக்கொண்டிருக்க கனத்த போலீஸ் காவல் அவர்களைச் சுற்றி இருந்தது. சில இடங்களில் துணை ராணுவப்படையினர் ஏ.கே. 47 உடன் அவர்களுக்கு பாதுகாப்பளித்தனர். உடைந்த பாலங்கள் ஏராளமான இடங்களில் திரும்ப பாதி கட்டப்பட்ட நிலையில் இருந்தன. பாலங்களை கண்ணிவெடி கண்காணிப்புக் கருவி கொண்டு காவலர்கள் சோதிப்பதைக் கண்டோம்.

பழங்குடிக் கிராமங்கள் கிட்டதட்ட காலியாகக் கிடந்தன. இடிந்து கைவிடப்பட்ட வீடுகள். மக்கள் உள்ள கிராமங்களில்கூட அதிகம் நடமாட்டம் இல்லை. சாலைகளில் சந்தித்த மக்கள் வற்றி வறண்ட ஏழைப்பழங்குடிகள். ஆங்காங்கே வரும் சிறுநகரங்களில் மட்டுமே நவீன காலகட்டத்தின் தடயங்கள் இருந்தன.

ஆனால் வடக்கே வர வர சட்டிஸ்கரின் பொருளியல் வளர்ச்சியைக் கண்கூடாகக் காணமுடிந்தது. சிறுநகரங்கள் சென்ற சில வருடங்களில் கடைகள், கட்டடங்கள், கல்யாண மண்டபங்கள், தங்குமிடங்கள் என எல்லாவகையிலும் வளர்ச்சி கண்டிருப்பதைக் காணமுடிந்தது. எங்கும் ஆங்கிலப்பள்ளிச் சீருடை அணிந்த குழந்தைகள். ராய்ப்பூரின் விமான நிலையம் மிகச்சிறப்பாக வடிவமைக்கப்பட்ட ஒன்று. ராய்கட் முதலிய சிறிய நகரங்கள் கூட வசதியானவை. சாலைகள் மிகச்செம்மையாக இருந்தன. முக்கியமாக சட்டிஸ்கரில் முற்றிலும் மின்வெட்டு கிடையாது. மின் உபரி மாநிலம் அது. இத்தனைக்கும் மின்சாரம் சார்ந்த தொழில்கள் பெருவளர்ச்சி பெற்று வரக்கூடிய மாநிலமும் கூட. எல்லா சுற்றுலா மையங்களும் சென்ற ஓரிரு வருடங்களுக்குள் புதியதாகக் கட்டி முடிக்கப்பட்டுள்ளன, சிறந்த தங்குமிட வசதிகளுடன்.

மத்தியப்பிரதேசத்தில் இருந்து பிரிந்தது சட்டிஸ்கரின் பொருளியல் வளர்ச்சிக்கு மிகப்பெரிய உந்துதலாக இருந்தது என்றார் தீபக். நாங்கள் கண்ணால் கண்ட எல்லா வளர்ச்சியும் மாநிலம் உருவானபின் நிகழ்ந்தவை. அதற்கு முன்னால் சட்டிஸ்கரின் சுற்றுலாத்தலங்கள் கைவிடப்பட்ட நிலையில் கிடக்கும் என்றார். வேலைவாய்ப்புச் சந்தை விரிவடைந்துள்ளது. சட்டிஸ்கருக்கு வெளிமாநிலத் தொழிலாளர்கள் வேலைக்கு வருகிறார்கள்.

தீபக் சொன்னவற்றில் இருந்து வளர்ச்சிக்கு சட்டிஸ்கரின் நிலக்கரி, சுண்ணாம்புக்கல் சுரங்கங்கள்தான் காரணம் என்று தெரிந்தது. நம்மூர் ஊடகங்கள் உருவாக்கும் பிரமைக்கு நேர் எதிரான சித்திரம் அவர் அளித்தது. அரசாங்கம் நிலத்தை ஆர்ஜிதம் செய்யும்போது எப்போதுமே சந்தைவிலை அளிப்பதில்லை. பேரம்பேசி விலை முடிவு செய்வதில்லை. கடைசியாக அப்பகுதியில் கிரயம் செய்யப் பட்ட விலையை மட்டுமே கொடுக்கும். அது சந்தைவிலைக்கு சம்பந்தமே இல்லாத சாதாரண தொகையாக இருக்கும். அந்தத் தொகையும் உடனே கைக்கு வராது. நெய்வேலி நிலக்கரிச் சுரங்கத்திற்காக ஆர்ஜிதம் செய்யப்பட்ட நிலத்துக்கான பணம் கொடுத்து முடிக்கப்பட முப்பதாண்டு காலமாகியிருக்கிறது.

நடைமுறையில் நிலத்துக்கான மதிப்பீட்டுப் பணம் ஒட்டுமொத்தமாக மதிப்பிடப்பட்டு அமைச்சரவையால் அனுமதிக்கப்பட்டு நிதித்துறை யால் நிதியனுமதி செய்யப்பட்டு கீழ்மட்டம் வரை வந்துசேர

வேண்டும். அதையும் அரசு அதிகாரிகளுக்கு லஞ்சம் கொடுத்துப் பெற்றுக்கொள்ளவேண்டும். அந்தப் பணத்தில் மேலிருந்து கீழே வரை ஐந்து அடுக்கு அதிகாரி வர்க்கம் கையிட்டு அள்ளிக்கொள்ளும். எஞ்சும் பணத்தின் மதிப்பு பத்தில் ஒருபங்கு கூட இருக்காது. ரயில்வே நில ஆர்ஜிதத்துக்கான பணம் மட்டும் ஒப்புநோக்க சீக்கிரம் கையில் கிடைக்கும். இதுவே இந்திய யதார்த்தம். நர்மதைத்திட்டம் போன்ற வற்றில் நிகழ்ந்தது அதுதான்.

தனியார் அவ்வகையில் காத்திருக்கமுடியாது. மேலும் நிலத்திற்கு அவர்கள் அளிக்கும் மதிப்பை உற்பத்திச்செலவின் ஒருபகுதியாக முன்னரே திட்டமிட்டு விடுகிறார்கள். அவர்களுக்கு நேரம் முக்கியம். ஆகவே பெரும்பாலும் சந்தைவிலையே நிலத்துக்குக் கொடுக்கப் பட்டுவிடுகிறது. மேலும் பெரும்பாலான பழங்குடி நிலங்களுக்கு பட்டா இருப்பதில்லை. அரசு பட்டா இல்லா நிலங்களைக் கையகப் படுத்தப்பட்ட நிலங்களாகவே கருதும். தனியார் அந்நிலங்களையும் வாங்கிக்கொள்கிறார்கள்.

இன்று சட்டிஸ்கரில் ஏராளமான பழங்குடிச்சபைகள் உருவாகி அவர்கள் நிலத்தை வைத்துக்கொண்டு போராடுகிறார்கள். அது பேரம் பேசும் முறை. உரிய விலை பெற்றதும் நிலத்தை விற்றுவிடுகிறார்கள். ஆகவே பழங்குடிகளுக்கு லட்சக்கணக்கில் பணம் கிடைக்கிறது என்றார் தீபக். குறைந்தபட்சம் பத்து லட்சம். சிலருக்குக் கோடிகள் வரை.

ஆனால் அந்தப்பணம் வீணாகவே ஆகிறது. பழங்குடிகள் அந்தப் பணத்தால் ஆங்கிலமதுவைக் கண்மூடித்தனமாகக் குடிக்கிறார்கள். பொலிரோ போன்ற ஜீப்புகளை வாங்கி ஓட்டுகிறார்கள். தொழிலிலோ வேறு நிலத்திலோ அந்தப் பணத்தை முதலீடு செய்பவர்கள் மிகமிகக் குறைவு. பொதுவாக சட்டிஸ்கரின் பொருளியல் வளர்ச்சி இரண்டு விஷயங்களை வளர்க்கிறது. ஆங்கிலமது, ஆங்கிலக்கல்வி. இந்தி மொழியைப்படிப்பவர்கள் அநேகமாக இல்லை என்ற நிலை வந்துகொண்டிருக்கிறது என்று தீபக் சொன்னார்.

தீபக் கொஞ்சம் எரிச்சலுடன் சொன்ன விஷயம் ஒரு சாதகமான மாற்றமாகவே எனக்குப்பட்டது. இந்த பணவரவின் காரணமாக பழங்குடி சபைகள் அரசியல் கட்சியாக உருவெடுத்திருக்கின்றன. அவர்கள் சட்டிஸ்கரின் அரசியலில் ஒரு முக்கியமான சக்தியாக மாறக்கூடும். காங்கிரஸும் பாரதிய ஜனதாவும் அவர்களின் ஆதர வில்லாமல் ஆட்சியமைக்க முடியாமல் போகலாம். தீபக் சொன்னது போல பண ருசிகண்ட பழங்குடிகள் ஊழல் செய்யலாம். அவர் களுக்குள் பூசல்களும் இருக்கலாம். ஆனால் பழங்குடிகள் அதிகாரம் நோக்கிச் செல்வதற்கான ஒரு வழி என்றே எனக்குப்பட்டது.

பழங்குடிகள் அதிகாரம் நோக்கிச்செல்வதற்கான முக்கியமான தடை என்பது இன்று பழங்குடிப்பகுதிகளில் கணிசமான இடங்கள் மாவோயிஸ்டுகளின் பிடியில் இருப்பதுதான். மாவோயிஸ்டுகள் இருக்கும் வரை தண்டகாரண்யம் ஒரு போர்ப்பகுதியாகவே நீடிக்கும். இப்போது இதை எழுதும்போது நாங்கள் கடந்து வந்த பகுதியில் ஒரு ஹெலிகாப்டரை மாவோயிஸ்டுகள் சுட்டு வீழ்த்தி விட்டதாக செய்தி வந்திருக்கிறது. ஹெலிகாப்டரைச் சுட்டு வீழ்த்தும் சக்திவாய்ந்த மார்ட்டர்களும் அதை ஏவுவதற்குப் பயிற்சியும் உள்ளவர்கள் அங்கிருக்கிறார்கள். ஆனால் அதைச்செய்பவர்கள் அங்கே நாங்கள் சந்தித்த அந்த கள்ளமற்ற ஏழைப் பழங்குடிகள் என ஊடகங்களும் கூலி ஆய்வாளர்களும் நம்மிடம் சொல்கிறார்கள்.

ஜோகிமாரா குகைகளுக்குச் சென்றோம். அந்தக் காலைவேளைக் குளிரில் அங்கு யாருமில்லை. கம்பியிட்ட ஒரு குகை பூட்டப் பட்டிருந்தது. ஏறிக்குதித்து உள்ளே சென்று பார்க்கவேண்டியிருந்தது. சிறிய குகை. திறந்து கிடந்த பெரிய குகை ஒரு மிகப்பெரிய நாடக அரங்காக இருந்திருக்கலாம் என்கிறார்கள். இதுவே உலகத்தின் முதல் திறந்தவெளி அரங்கு என்றுகூட சொல்கிறார்கள். கி.மு.நான்காம் நூற்றாண்டுக்கு முந்தைய குகை இது. திறந்தவெளி நோக்கி விரிந்திருக்கும் அகலமான வாய் கொண்டது இக்குகை. வளைவான படிக்கட்டுகளாக இதன் முகப்பு அமைந்துள்ளது. அதன் கீழே படிப்

ஜோகிமாரா குகை, அம்பிகாபூர்

படியாக பலர் அமர்ந்திருக்கும்வகையில் இருக்கைகள் பாறைகளில் செதுக்கப்பட்டுள்ளன.

அருகே உள்ள சிறிய குகை சீதாபெங்க்ரா. இதுவும் ஓர் திறந்த வெளி அரங்குதான். இது இசைக்கலைஞர்கள் அமர்ந்து வாசிப்பதற்கான அரங்காக இருக்கலாம்.

இதன் சுவர்களில் நிறைய ஓவியங்கள் இருந்திருக்கின்றன, அரசின் ஆவணக்குறிப்புகளில் இந்தியாவின் மிகப்புராதனமான சுவர் ஓவியங்கள் இவை என்று போட்டிருந்தார்கள். இங்குள்ள ஓவியங் களில் நடனமாதரும் காதல் காட்சிகளும் மட்டுமே இருக்கின்றன, மதம் சார்ந்த சித்தரிப்புகள் இல்லை என்று சொல்லியிருந்தனர். ஆனால் நாங்கள் பார்த்தவரை அங்கே ஓவியங்கள் என எவையும் கண்ணுக்குப்படவில்லை. அவை சமீபத்தில் அழிந்திருக்கலாம்.

இங்கே ஒரு பிராமி மொழி கல்வெட்டும் அழிந்த நிலையில் சில சமஸ்கிருதக் கல்வெட்டுகளும் உள்ளன. பெரும்பாலும் அழிந்துபட்ட பிராமி கல்வெட்டு கி.மு.மூன்றாம் நூற்றாண்டைச் சேர்ந்தது என்கிறார்கள். இக்கல்வெட்டின் சில வரிகளே வாசிக்கப்பட்டுள்ளன. ‘கழுத்தில் மல்லிகை மாலை அணிந்துகொள்ளுங்கள்’ என்ற வரி வாசிக்கப்பட்டுள்ளது. இது ஏதோ மன்னர்களின் வனக்கேளிக்கை அரங்கு என ஊகிக்கிறார்கள். மகா கவி காளிதாசன் இங்கே வந்திருந்ததாகவும் மேகசந்தேசம் இங்கே எழுதப்பட்டதாகவும் ஓர் ஊகம் உள்ளது. இக்குகையில் உள்ள சமஸ்கிருதக் கல்வெட்டின் சில சொற்கள் மேகதூதம் காவியத்தில் உள்ளவை என்று சொல்லப்படுகிறது.

இந்தக்கல்வெட்டில் இருந்து வாசிக்கப்பட்ட ஒரு வரி ஆழமான கற்பனையைக் கிளப்புகிறது. ‘தேவதாசியான சுதானுகாவின் நடன அரங்கேற்றத்தை ஒட்டி, ஓவியக்கலை நிபுணனான தேவதத்தன் இந்த ஓவியங்களை வரைந்தான்’ என்று குறிப்பிடும் பிராமி எழுத்துக்கள் தேவதாசி அமைப்பைப்பற்றிய மிகத்தொன்மையான குறிப்பு என ஆய்வாளர்கள் கருதுகிறார்கள்.

இக்குகைகளுக்குக் கீழே ஹாத்தி போல் (Haathi Pol) என்ற குகைவழி உள்ளது. யானை செல்லக்கூடிய குகை என்று பெயர். இருபதடி உயரத்துக்கு மேல் உள்ள இந்த குகை, நீர் வழிந்தோடி இயற்கையாக உருவானது. 55 மீட்டர் நீளம் கொண்டது. நீர் வழிந்த மணல் உள்ளே குவிந்து கிடக்கிறது. ஒரு மலையைக் கடந்து மறுபக்கம் செல்கிறது இந்தப்பாதை. அதனுள் வற்றாத ஊற்றுக்கள் உள்ளன. தீபக் சொல்லியனுப்பிய வழிகாட்டியை அங்கே தற்செயலாகக் கண்டோம். அவன்தான் அந்த குகைவழிக்குக் கொண்டுசென்றான். இல்லையேல் சென்றிருக்க முடியாது.

ஹாத்தி போல் என்ற குகைவழி

இக்குகைகளில் இருந்து விலகிச்செல்லும் பாதையில் சென்றால் ஒரு சிவன்கோயில் உள்ளது. மிகத்தொன்மையானது. பழைய கோசல மன்னர்களின் வனதேவதையான காளியின் கோயில் மலையுச்சியில் இருந்தது. அதனருகே அந்த சிவன் கோயில் கட்டப்பட்டது. நாங்கள் காரில் சென்று அங்கே இறங்கி மேலே சென்றோம். சிவன் கோயிலுக்குச் செல்லும் சாலை செப்பனிடப்பட்டுக்கொண்டிருந்தது. நடந்து சென்றால் நெடுந்தொலைவு செல்லவேண்டும். ஆகவே சிவன் கோயில் செல்வதைக் கைவிட்டோம்.

வனதுர்க்கை கோயில் ஒன்று மலைக்குடைவரையில் உள்ளது. அங்கே செல்லும் வழியில் ஓர் உற்சாகமான சாமியார் வரவேற்றார். அவரே மேலே கொண்டுசென்று காட்டினார். நீளமான கூந்தலும் தலை முடியும் கொண்டவர். ரூபேஷ்குமார் யாதவ் என்று பெயர் சொன்னார். அவர் ஊருக்குள் சென்று தானியம் வசூல் செய்து அங்கே வருபவர் களுக்கு உணவு கொடுப்பார் என்றார். நாங்கள் அவருக்கு நூறு ரூபாய் காணிக்கை கொடுத்தோம். ஆசீர்வாதம் செய்து பெற்றுக்கொண்டார்.

சட்டிஸ்கரில் எங்கள் பயணம் முடிவுக்கு வந்தது. நேராக ஒரிசா செல்லவேண்டியதுதான். செல்லும் வழியில் மைன்பாட் (Mainpat) என்ற ஊரில் ஒரு மலைமேல் திபெத்தியக் குடியிருப்பு இருக்கிறது என அறிந்து அதைக் காணச் சென்றோம். 1960ல் சீனப்படையெடுப்புக் காலகட்டத்தில் இந்தியாவுக்கு வந்த திபெத்திய அகதிகளுக்காக

நேருவின் அரசு அம்மாதிரி பல குடியிருப்புகளை உருவாக்கியிருக்கிறது. குடகில்கூட ஒன்று உள்ளது. இந்த திபெத்தியக்குடியிருப்புகள் எல்லாமே மலையின் மீது குளிரான இடத்தில் இருக்கும்.

மான்பாட் குடியிருப்பில் ஏழுகிராமங்கள் உள்ளன. அவர்களுக்கு அங்கே நிலம் அளிக்கப்பட்டது. மழையை நம்பி மட்டுமே விவசாயம் செய்யக்கூடிய அச்சூழலில் அவர்கள் கொஞ்சம் கொஞ்சமாக வியாபார நோக்குடன் நகரங்களுக்குச் சென்றுவிட்டார்கள். இப்போது குறை வான குடும்பங்களே உள்ளன. ஐம்பதுகளில் கட்டப்பட்ட வளை யோடு வேயப்பட்ட பழைய கட்டடங்கள் பல காலியாகக் கிடக்கின்றன. அந்தப் பகுதியைப்பார்க்கையில் விசித்திரமான ஒரு ஏக்கம் மனதில் எழுந்தது. வரலாறு வானில் பறக்கும் ஒரு பறவை. அது பறந்து சென்றுவிட்டது. இது ஓர் உதிர்ந்த ஒற்றை இறகு.

இங்கே மூன்று மடாலயங்கள் உள்ளன. ஒரு உறைவிடப்பள்ளி சிறப்பாக இயங்கி வருகிறது. மைய மடாலயம் பெண்டிலிங் (Phendeyling) மடாலயம் என்று அழைக்கப்படுகிறது. உள்ளது. கான்கிரீட் கட்டடம். ஆனால் உள்ளே ஒரு திபெத்திய கோயிலுக்குரிய அமைப்பு இருந்தது. நடுநாயகமாக வைரமுடியுடன் பூமித்தொடுகை கோலத்தில் அமர்ந்திருக்கும் புத்தரின் ஆளுயர வெண்கலச்சிலை.

பெண்டிலிங் மடாலயம்

இருபக்கமும் போதிசத்வர் சிலைகள். நீளமான டோங்காத்திரைகளில் பழைய ஓவியங்கள். கண்ணாடிச் சட்டமிட்ட அலமாரியில் நூற்றுக் கணக்கான சிறிய புத்தர் சிலைகள். ஒலிக்கக் காத்திருக்கும் பெரிய முரசு. குளிர்ந்த அமைதியான விரிந்த அறையில் உலவும் மெல்லிய காற்று.

மடாலயத்தின் இருபக்கமும் இரு பிரம்மாண்டமான சிம்மாசனங்கள். இருபதடி உயரமுள்ள ஒரு மனிதர் வசதியாக அமரலாம். அவை மகாலாமாவுக்கும் ரிம்போச்சேவுக்கும் உரியவை. மகாலாமா தலாய்லாமா. அவரது ஒரு புகைப்படம் ஒரு இருக்கையில் வைக்கப் பட்டிருந்தது. இன்னொரு இருக்கையில் ரிம்போச்சே.

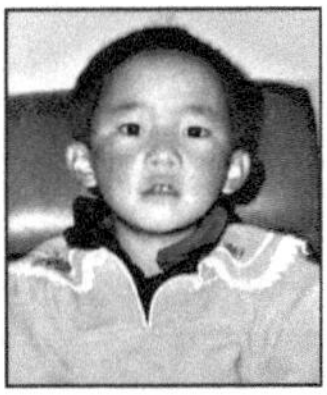

பஞ்சன் லாமா

*1995*ல் தேர்ந்தெடுக்கப்பட்ட ஆறுவயதான பஞ்சன் லாமாவான ஜேடுன் சோய்கி நியிமா (Gedhun Choekyi Nyima) தேர்ந்தெடுக்கப்பட்ட சில நாட்களிலேயே குடும்பத்துடன் காணாமலானார். பின்னர் சீன அரசு தங்கள் காவலில் அவர் இருப்பதை ஒப்புக் கொண்டது. ஆனால் உலக சமூகமே மன்றாடி வற்புறுத்திப்பார்த்த பின்னரும் கூட அவரை விடுதலை செய்ய மறுத்துவிட்டது. உலகிலேயே இளமையான அரசியல் கைதி என அவர் மனித உரிமை அமைப்பு களால் சொல்லப்படுகிறார். அந்த சின்னஞ்சிறு மழலைமுகத்தின் படம் மடாலயத்திலிருந்தது. அந்தக் கண்களைப் பார்க்கவே முடியவில்லை. ஒரு மகாலாமாவாகவே அந்தக் கண்கள் பொருள் பட்டன. ஆனால் குழந்தையின் களங்கமற்ற பதைப்புடன் மனிதனின் அதிகார வெறியை அவை பார்த்துக்கொண்டிருந்தன. சட்டிஸ்கரின் பழங்குடிகளின் கண்கள் அவை என நினைத்துக்கொண்டேன்.

- 15 -

இந்தப்பயணத்தில் முழுமையாகவே காரில் செலவழித்த நாள் இன்றுதான். சட்டிஸ்கரில் இருந்து ஜார்கண்ட் வழியாக ஒரிசாவுக்குள் நுழைந்து புவனேஸ்வர் பாதையில் சென்று இங்கே ஒரு நண்பரின் விருந்தினர் மாளிகைக்கு மாலையில் வந்து சேர்ந்தோம். அறுநூறு கிலோமீட்டர் காரிலேயே, நல்லவேளையாக பெரும்பாலான தூரத்துக்கு நல்ல சாலைதான்.

பகல் முழுக்க இந்தப்பயணத்தைப் பற்றி அதைத்தொடர்ந்து எழும் நினைவுகளைப்பற்றி பேசிக்கொண்டே இருந்தோம். நான் என் நண்பர்களுடன் எப்போதும் சொல்லிவரக்கூடிய ஒரு விஷயம் உண்டு. இந்திய யதார்த்தம் என்பது நேரடியாக இந்தியாவில் சுற்றியலைவதன் மூலம் மட்டுமே கிடைப்பது. இந்தியாவை அலைந்து கண்டுபிடித்த எழுத்தாளர்கள்தான் இந்தியாவின் முக்கியமான படைப்பாளிகள். வைக்கம் முகமது பஷீர், சிவராம காரந்த், பிபூதிபூஷன் பந்த்யோபாத்யாய...

இப்படி சுற்றிவருவதில், வெறுமே பார்த்துச் செல்வதில் என்ன பயன்? வணிகநிமித்தமாக இந்தியாவை சுற்றிவரக்கூடிய பலர் இருக்கிறார் களே? இதெல்லாம் அடிக்கடி எழும் வினாக்கள்.

நாம் ஏதாவது ஒரு சொந்த விஷயமாகச் செல்லும் பயணங்களை ஒருபோதும் பயணங்களின் பட்டியலில் சேர்க்கக் கூடாது. அவை நம் அகத்தின் பார்வையை மூடிவைத்திருக்கின்றன. நாம் அப்போது எதையுமே பார்ப்பதில்லை, உள்வாங்குவதுமில்லை. அப்போது மிகக்குறைவான நேரமே நம் அகம் திறந்திருக்கிறது. விசேஷமாக ஏதாவது நடந்தால் மட்டுமே நாம் எதையாவது கவனிக்கிறோம். நம்முடைய் தொழில்முறைப் பயணங்களில் நாம் சின்ன விஷயங்களை உள்வாங்குவதே இல்லை. உண்மையில் சின்ன விஷயங்கள் மட்டுமே ஒரு வாழ்க்கையை, பண்பாட்டை அவதானிக்க முக்கியமானவை.

பயணத்துக்காகவே பயணம் செய்யவேண்டும். அப்போது நாம் நம்முடைய சொந்தக் கவலைகளில் இருந்து முழுமையாக விடுபடுவதை நேரடியாக உணர முடியும். பயணத்துக்கான பயணம் தொடங்கிய இருநாட்களுக்குள் நம்முடைய சொந்த ஊரே நமக்கு மறந்துவிடும். நாம் இருக்கும் ஊரில் முழுமையாகவே வாழ ஆரம்பித்துவிடுவோம். நம் அகம் திறந்துவிடும். அப்போது ஒவ்வொரு நிமிடமும் விழிப்புநிலை கொண்டிருக்கிறது. ஒவ்வொரு விஷயத்தையும் நாம் கவனிக்கிறோம். ஒட்டுமொத்தமாக ஒரு மனப்பிம்பம் நம்மிடம் திரண்டுகொண்டே இருக்கிறது.

உதாரணமாக ஜார்கண்ட் முழுக்க ஏராளமான சைக்கிள்கள். புதிய சைக்கிள்கடைகள் மிக அதிகம். சைக்கிள் பழுது பார்க்குமிடங்களும் நிறையவே உள்ளன. இந்த அளவு சைக்கிள்கள் நம்மூரில் இல்லை என்ற எண்ணம் எப்போதோ உருவாகிறது. அதைத்தொடர்ந்து பற்பல அவதானிப்புகள். அந்த சைக்கிள்கள் அதிகமும் பெண்கள் பயணப் படுபவை என்ற புரிதல் உருவாகிறது. அது பெண்கள் அதிகமாக வெளியே செல்ல ஆரம்பித்திருப்பதன் அடையாளமாக ஆகிறது.

இந்தியச்சூழலில் இரு விஷயங்களை நாம் கவனிக்கவேண்டும். ஒன்று நம்முடைய கவனமில்லாத தொழில்முறைப் பயணிகள் உருவாக்கும் எளிய மனப்பிம்பங்கள். உதாரணமாக பல மலையாளிகள் தொடர்ந்து தமிழ்நாடு வழியாகப் பயணம் செய்து சென்னைக்குச் செல்கிறார்கள். அவர்களுக்கு தமிழகம் மிக மிக வறண்ட நிலம் என்ற மனச்சித்திரம் இருக்கிறது. கேரளத்தில் இருந்து சென்னைசெல்லும் ரயில் பெரும் பாலும் இரவில் செல்கிறது. பகலில் அது காட்டும் நிலம் வறண்டது. அதைவைத்து இந்த மனப்பிம்பத்தை பல ஆண்டுகளாகப் பேணி வருகிறார்கள். அவர்கள் தஞ்சையைப் பார்த்தே இருக்கமாட்டார்கள். நாம் ஆந்திரம், கர்நாடகம் பற்றிக் கொண்டிருக்கும் பல புரிதல்கள் இத்தகைய பொத்தாம்பொதுவான பிம்பங்கள்.

அதைவிட முக்கியமான இன்னொன்று உண்டு. இந்தியா ஒன்றுடன் ஒன்று தொடர்பற்ற இரண்டு பகுதிகளால் ஆனது. நகர்ப்புற இந்தியா, கிராமப்புற இந்தியா. நகர்ப்புறத்தில் பிறந்து வளர்ந்தவர்களுக்கு கிராமத்தைப்பற்றி ஒன்றுமே தெரியாது. அவர்கள் அச்சிலும், காட்சியிலும் கிடைத்த பிம்பங்களை வைத்து கிராமங்களைப் புரிந்துகொள்கிறார்கள். அவர்களுக்குத் தன்னம்பிக்கை அதிகம். படித்தவர்கள் என்ற ஆணவம் என்று அதைச் சொல்லலாம். தாங்கள் கிராமத்தைப்பற்றிப் புரிந்துகொண்டிருப்பதை அந்த கிராம மக்களிடம் சொல்லி அவர்களும் அதை ஏற்றாகவேண்டும் என எதிர்பார்ப்பார்கள்.

உதாரணமாக சமீபத்தில் ஒரு சென்னைவாழ் நண்பருடன் தமிழக கிராமம் ஒன்றுக்குச் சென்றிருந்தேன். ஒரு கிராமவாசி பகல் முழுக்க எங்களை வழிகாட்டிக் கூட்டிச்சென்று உதவினார். நண்பர் அவருக்குப் பத்து ரூபாய் அன்பளிப்பாகக் கொடுத்தார். பெற்றவர் முகம் கண நேரத்தில் வாடினாலும் உடனே சிரித்துக்கொண்டு 'சரிங்க' என்றார். நான் இருநூறு ரூபாய் கொடுத்தேன்.

நண்பர் என்னிடம் காரில் ஏறியதுமே வாதிட ஆரம்பித்தார். கிராமப் புறத்தில் ஒருநாளுக்கு முப்பது ரூபாய் வருமானத்தில் குடும்பமே வாழ்கிறது, அவர்களுக்குப் பத்து ரூபாய் பெரிய தொகை என்றார் அவர். அவர்களுக்குக் கஞ்சி கூழ் தவிர வேறு செலவே இல்லை, ஆகவே அவர்களுக்கு அதிக பணம் கொடுத்தால்கூட அவர்களால் செலவிடமுடியாது என்றார். அவர் சொல்லும் கிராமம் எங்கே இருக்கிறதென்று எனக்குத் தெரியவில்லை. நண்பர் பெரிய படிப்பாளி. அவரிடம் விவாதித்து எதையும் நிறுவ முடியாது. புத்தகங்களாக சுட்டிக் காட்டுவார். நான் பேசாமல் இருந்தேன்.

இத்தகையவர்கள் விசித்திரமானவர்கள். ஒரு நகைச்சுவை உண்டு. 'சார் ஓடுங்கள். உங்கள் வீடு தீப்பிடித்து எரிகிறது' என்று சொன்னால், 'தொந்தரவு செய்யாதே. நாளைக்கு இதை இண்டுவிலே படித்துக் கொள்கிறேன்' என்பவர்கள்.

நம்முடைய ஆங்கில இதழியலும், கல்வித்துறைசார் சமூக-மானுடவியல்-பொருளியல் ஆராய்ச்சிகளும் மேலே சொன்ன நகர்ப்புற மனிதர்களால் எழுதப்படுகின்றன. எப்போதும் அவர்கள் தங்கள் உள்நோக்கங்களையும் முன்முடிவுகளையும் கிராம மக்கள் மேல் சுமத்துகிறார்கள். 'கொலை கொலையா முந்திரிக்கா' என்று கிராமக்குழந்தைகள் பாடும் பாடல், அவர்கள் கூட்டம் கூட்டமாக செய்த கொலைகளின் நினைவு என்று எழுதிய அமெரிக்க மானுடவியல் ஆய்வாளரைப் பற்றி எஸ். ராமகிருஷ்ணன் ஒருமுறை எழுதியிருந்தார். என்னுடைய குமரி மாவட்ட கிராமங்கள் பற்றி ஆய்வாளர்கள் எழுதிய எல்லாமே அப்பட்டமான பொய்களும் குளறுபடியான புரிதல்களும்தான் என்பதை கவனித்திருக்கிறேன்.

ஆகவே ஒவ்வொரு நாளும் நாளிதழ்கள் வழியாக நம் முன் வந்து நிற்கும் இந்தியா ஒரு பொய்யான பிம்பம் என்பதே உண்மை. அரசு உருவாக்கும் பொய். அதற்கு மறுபக்கமாக ஊடகம் உருவாக்கும் பொய். இந்தப் பொய்யை மீறி இந்தியாவைப் பார்க்க வெறுமே கண்ணையும், கருத்தையும் திறந்து வைத்துக்கொண்டு முழு ஈடுபாட்டுடன் சிலநாட்கள் இந்தியப் பெருநிலத்தில் அலைந்தாலே

போதுமானது. நம்முடைய சொந்த அடையாளங்கள் கரைந்து நாம் வெறும் வேடிக்கை பார்க்கும் கண்ணாக மாறினால் சின்னச் சின்ன விஷயங்கள் வழியாகவே நாம் இந்தியாவின் யதார்த்தத்தைத் துல்லிய மாக உணர முடியும்.

இது உலகின் எந்த நாட்டைப்பற்றியும் சொல்லக்கூடியதுதான். அந்த நாட்டில் நிரந்தரமாக வாழும் ஒருவரால் உணர முடியாத ஒன்றை அந்த நாட்டுக்கு வந்திறங்கும் சுற்றுலாப்பயணி உணர்ந்து சொல்வது எப்படி என யோசித்தால் இது புரியும். அதை எப்படியோ கொஞ்சமேனும் உணராத ஒருவரிடம் அது எப்படி நிகழ்கிறது என பேசிப் புரிய வைக்க முடியாது.

இந்தப் பயணத்தில் நான் இதுவரை பெரிதாகப் பயணம் செய்யாத சட்டிஸ்கரின் உள்நிலப்பகுதிக்குள் செல்லும் வாய்ப்பு கிடைத்தது. இந்தியா பற்றி எனக்கிருக்கும் பொதுப்புரிதலை மேலும் உறுதி செய்வதாகவே இதுவும் இருந்தது. இந்தியாவின் சமூக இயக்கம் என்பது அதன் பலநூறு உட்கூறுகள் ஒன்றுடன் ஒன்று சிக்கலாக கலந்து போராடியும் இணைந்தும் உருவாகும் ஒரு ஒட்டுமொத்தமான முன்னகர்வாகும். அதை ஒட்டுமொத்தமாகப் பார்க்கையிலேயே அதை புரிந்துகொள்ள முடியும். அதன் ஏதேனும் ஒரு சிறுபகுதியை மட்டும் எடுத்துக்கொண்டு ஆராய முற்பட்டால் மிகப்பிழையான கருத்தையே சென்று சேரவேண்டியிருக்கும்.

சட்டிஸ்கரிலும் நான் கண்ட யதார்த்தம் பொதுவாக மிகவும் பிற்படுத்தப்பட்ட சாதிகளுக்கு வந்துள்ள வளர்ச்சியே. விவசாயத் துறையில் இருந்து தொழில், வணிகத் துறையை நோக்கி வந்து அவர்கள் அதைக் கைப்பற்றிக்கொண்டிருக்கிறார்கள். அதுவரை அத்துறையை ஆண்டு கொண்டிருந்த வணிகச்சாதிகளும் பிராமணர் களும் அவர்களின் ஒட்டுமொத்தமான வளர்ச்சிக்கு முன்னால் மெல்ல மெல்லப் பின்னகர்கிறார்கள். அவர்கள் கல்வியைக் குறிவைக் கிறார்கள். ஆனால் பிற்படுத்தப்பட்டவர்கள் கல்வியையும் வென்றெடுக்க ஆரம்பித்திருக்கிறார்கள். சட்டிஸ்கரின் சிறுநகரங்களில் உள்ள கணிசமான கடைகளின் பெயர்ப்பலகைகள் அவை பிற்படுத்தப் பட்ட சாதிகளுக்குரியவை என்பதையே காட்டுகின்றன. சாலைகளில் செல்லும் கான்வென்ட் குழந்தைகளின் முகங்களை பார்த்தாலே அவற்றில் பெரும்பகுதி பிற்படுத்தப்பட்ட சாதிகளைச் சேர்ந்தவை என்பதைக் காணமுடிந்தது. தீபக்கும் அதையே, அவராகவே சொன்னார்.

பிற்படுத்தப்பட்டவர்களின் அரசியல் பொருளியல் ஆதிக்கத்துடன் போராடியே தலித்துகளும் பழங்குடிகளும் வளர முடிகிறது. இது வெறும் மோதல் அல்ல. அப்படிச் சித்தரிப்பதே பிழை. அது மோதலும்

ஒத்துப்போதலும், ஒருவரை ஒருவர் வென்றெடுத்தலும், பயன் படுத்திக்கொள்ளலும் கலந்த ஒரு பெரிய ஆட்டம். தலித்து களுக்கில்லாத ஒரு பெரிய வசதி பழங்குடிகளுக்கு உள்ளது. பழங்குடிகள் சிலபகுதிகளில் கூட்டமாக சேர்ந்து வாழ்கிறார்கள். தலித்துகள் சமூகக் கூட்டங்களின் கட்டுப்பாட்டை இழந்துவிட்டார்கள். பழங்குடிகள் இன்னமும் பெரிய சமூகக்கூட்டங்களாக வாழ்கிறார்கள். ஆகவே அவர்கள் அரசியல் கட்சியாகத் திரண்டு அதிகாரம் நோக்கிச்செல்ல எளிய பாதை ஒன்று இருக்கிறது.

சட்டிஸ்கரில் இப்போதுதான் பழங்குடிச் சமூகங்கள் ஒருங்கிணைய ஆரம்பித்துள்ளன. அரசியல்கட்சி உருவாகி இருக்கிறது. ஜார்கண்டில் அது பதினைந்தாண்டுகளுக்கு முன்னரே நிகழ்ந்த ஒரு மாற்றம். ஜார்கண்டில் பழங்குடிகளின் கட்சியான ஜார்கண்ட் முக்தி மோர்ச்சா முக்கியமான அதிகார சக்தி. அதன் ஆதரவில்லாமல் இங்கே அரசமைக்க முடியாது. அந்நிலை ஐந்தாண்டுகளில் சட்டிஸ்கரிலும் வரக்கூடும் - தண்டகாரண்யப் பகுதி பழங்குடிகளும் அரசியல் ரீதியாக திரட்டப்பட்டால்.

நாங்கள் ஜார்கண்டில் நுழைந்த நாளில் கிடைத்த செய்தி ஜார்கண்ட் முக்தி மோர்ச்சா கட்சி பாரதிய ஜனதா கூட்டணியை உடைத்து ஆட்சியைக் கவிழ்த்து காங்கிரஸுடன் இணைந்து அரசமைக்கிறது என்பது. இந்தத் தாவல் அரசியலை மட்டும் வைத்து பழங்குடிகளின் அரசியலதிகாரத்தைக் குறைத்து மதிப்பிட்டுவிடக்கூடாதென்பதே என் எண்ணம். கண்டிப்பாக இதில் ஊழல் உள்ளது. இப்பகுதியில் நிலக்கரிவளம் மீதான கட்டுப்பாட்டுக்கான சமர்தான் இது. ஆனாலும் இதன்மூலம் பழங்குடிகள் அதிகாரம் பெறுகிறார்கள். மூலதனம் அவர்களுக்குச் செல்கிறது. அவர்களின் தொழில்துறைப் பங்களிப்பு பெருகிவருகிறது. சரிதவறு என்பது வேறு விவாதம். இப்படித்தான் இங்கே அதிகார கைமாற்றம் நிகழ்கிறது. யார் கண்டது, முற்காலங்களிலும் இப்படித்தான் நிகழ்ந்ததோ என்னவோ?

ஜார்கண்ட் வழியாக வரும்போது பழங்குடிக்கிராமங்களில் உருவாகி வரும் மாற்றங்களைப்பற்றிய ஒரு மனப்பிம்பம் ஏற்பட்டது. இன்னும்கூட புதிய கட்டடங்கள் இல்லை. உள்கிராமங்களில் மண்வீடுகளே உள்ளன. கட்டுமானத்துறை எழுச்சி பெறவில்லை. ஆனால் கிராமங்களில்கூட இருசக்கர வாகனங்கள் அதிகமாக உலவுகின்றன. கடைகளில் நுகர்பொருட்கள் குவிந்திருக்கின்றன. செல்பேசிக்கடைகள் எங்கே பார்த்தாலும். இளைஞர்களில் ஜீன்ஸ் டி ஷர்ட் அணிந்தவர்களையே கிராமங்களில்கூட பார்க்கமுடிகிறது. பொதுவாக பழங்குடி இளைஞர்களுக்கு செல்பேசி போன்ற

மின்னணுச் சாமான்களின் மீதிருக்கும் பெரும் ஈடுபாடு நம்மைப் புன்னகைக்கச் செய்வது. அவர்களுடைய எளிய மனநிலையும் நட்பார்ந்த பேச்சும் ஓர் உலகிலும் அந்த செல்பேசி இன்னொரு உலகிலும் இருப்பதுபோலப் படுகிறது.

ஒன்றைக் கவனிக்க முடிந்தது. சட்டிஸ்கரிலும் ஜார்கண்டிலும் சினிமாக்கொட்டகைகள் மிகமிகக் குறைவு. நகரங்களில் மட்டும் சில சினிமா அரங்குகள் உள்ளன. இந்தி சினிமாதான். ஆனால் இந்தி நடிகர்கள் எவரும் பெரிதும் வழிபடப்படுவதாகத் தெரியவில்லை. மக்கள் அதிகமாகக் கேட்கும் பாடல்கள் இந்திப்பாடல்கள் அல்ல. சட்டிஸ்கரி போன்ற உள்ளூர் மொழிகளில், உள்ளூரிலேயே பாடி வெளியிடப்பட்ட இசைக்கோப்புகள். அவை பெரும்பாலும் ஆங்கில இசைக்கான தாளத்துடன் நவீன ஒலித்திரிபுகளுடன் பாடப்பட்ட பழங்குடி- நாட்டார் பாடல்கள்.

இப்பகுதியில் வாயில் பாக்கையோ புகையிலையையோ அதக்காத ஒருவரைப்பார்ப்பது என்பது மிகமிக அபூர்வம். ஆனால் காரை நிறுத்தி வழி கேட்டால் உடனே துப்பிவிட்டு வந்து விலாவரியாக சொல்ல ஆரம்பித்துவிடுகிறார்கள். பத்து பதினைந்துபேர் சூழ்ந்து நின்று வழிகாட்டுவது சாதாரணம். காரை எடுத்தபின்னரும் பின்னாலேயே ஓடிவந்து வழி சொல்கிறார்கள்.

சென்ற முறை பயணத்தில் கிருஷ்ணன் சொன்னார். ஈரோட்டில் அவர் அடிக்கடி நண்பர்களைச் சந்திக்கும் பாரதி புத்தகாலயம் வரும் தோழர்கள் சொல்லக்கூடிய ஒரு நிரந்தரக் கூற்று உண்டு. இந்தியாவில் எண்பதுசதவீதம் பேர் ஒருநாள் ஒருவேளை மட்டுமே சாப்பிடு கிறார்கள். இந்தியாவில் ஒருவேளை கூட சாப்பிடாதவர்கள் கால்வாசிப்பேர். கிருஷ்ணன் ஆதங்கத்துடன் கேட்டார். ‘சார் இந்தியாவில வறுமை இருக்கு... வீடுகளிலே தெரியுது. ஆனா சாப்பாடு இல்லேன்னு தோணலியே... தேடித்தேடிப்பாத்தும் பட்டினி கண்ணுக்குத் தெரியலியே... செல்போன்தானே தெரியுது...’

நான் சொன்னேன். ‘எண்பதுகளில் உண்மையிலேயே பட்டினி இருந்தது, நானே கண்டிருக்கிறேன். அது தமிழகத்திலும் இருந்தது. இந்த இருபதாண்டுகளில் இந்தியாவில் வந்த மாற்றம் என்ன வென்றால் உடலுழைப்புக்கான சந்தை மிகமிக விரிவடைந்திருப்பது தான். எங்கும் உடலுழைப்புக்கான ஆட்களுக்கான தேவை இருப்பதைக் காணலாம். கூலி பலமடங்கு ஏறியிருக்கிறது. மறுபக்கம் தானியத்தின் விலை மிகவும் குறைவாக ஆகியிருக்கிறது. வட இந்தியாவில் கோதுமை மிக மலிவான ஒரு பொருள் இன்று. ஆகவே

பட்டினி இல்லை. இன்று பீகாரில்கூட எந்த ஒரு கிராமவாசியிடம் பேசினாலும் நம்மை அவர் சாப்பிட அழைப்பார். இன்றைய வறுமை என்பது வேறு. அடிப்படைத் தங்குமிடம், மருத்துவம், கல்வி ஆகிய வற்றுக்கான தேவைதான் இன்றுள்ளது. அது இல்லாததன் வறுமைதான் இன்று உள்ளது.'

'இத சொன்னா ஈரோட்டிலே ஒரு பய சம்மதிக்கமாட்டானே' என்று கிருஷ்ணன் ஏங்கினார். 'ஒருவாட்டி இந்தியாவை சுத்திவரச் சொல்லுங்க' என்றேன். 'அவங்கள்ளாம் அம்மையப்பனைச் சுத்தியே ஞானப்பழத்தை ஜெயிக்கிறவங்க சார்' என்றார்.

- 16 -

புவனேஸ்வர் அருகே மூன்று முக்கியமான பௌத்தமையங்கள் உள்ளன. புஷ்பகிரி, ரத்னகிரி, லலிதகிரி ஆகிய மூன்று குன்றுகளும் முன்பு மூன்று மாணிக்கக் கற்கள் என்று சொல்லப்பட்டன. மூன்றையும் இணைத்து ஒடிசாவின் அரசு ஒரு பௌத்தத் தாழ்வாரம் என அறிவித்துள்ளது. மிகப்பெரும் பொருட்செலவில் சுற்றுலா ஏற்பாடுகள் நடந்து கொண்டிருக்கின்றன. தோஷாலி என்ற பெயரில் முதல்தரமான சுற்றுலா விடுதிகள் கட்டப்படுகின்றன. அற்புதமான கட்டடங்கள் அவை. சுற்றுலா மையங்களும் மிகச் சிறப்பாக பராமரிக்கப்படுகின்றன.

நாங்கள் முதலில் சென்றது புஷ்பகிரிக்கு. புஷ்பகிரி (Pushpagiri) கி.மு.மூன்றாம் நூற்றாண்டு முதல் கி.பி. பன்னிரண்டாம் நூற்றாண்டு வரை நீடித்த ஒரு பௌத்த கல்வி மையம். கலிங்கம் மீது படையெடுத்து வந்த அசோகர் இங்கே இருந்த பிட்சுக்களால் மன மாற்றமும், மத மாற்றமும் செய்யப் பட்டார். அவர் இந்தக் குன்றிலிருந்த தொன்மையான பௌத்த விகாரத்தை பெரும் பொருட் செலவில் புதிப்பித்துக் கொடுத்தார் என்று சொல்லப்படுகிறது.

புஷ்பகிரி புவனேஸ்வரிலிருந்து 90 கி.மீ.தொலைவில் உள்ளது. இங்குள்ள குன்றுகளில் இதுவே பழமையானது. தக்ஷசிலா நாளந்தா பல்கலைக் கழகங்களுக்கு காலத்தால் மூத்ததும், பெரியதும் இதுதான் என்று ஆய்வாளர்கள் சொல்கிறார்கள். மகாநதியின் துணைநதிகளான கேலுகா, கெங்குடிஸ் நதிகளின் நடுவே இந்தப் படுகை உள்ளது. மிக மிக வளமான ஒரு மருத நிலம் இது. உயரமில்லாத சிறிய குன்று இது. புஷ்பகிரியில் இன்று முழுமையான கட்டடம் ஏதுமில்லை. கேரளப் பகுதிகளில் காணப்படும் சரள் கல்பாறைகளால் ஆனது இந்தக் குன்று.

பாறைச் சிற்பங்கள், புஷ்பகிரி

இங்குள்ள கட்டடங்களும், சிலைகளும் கூட இந்தப் பாறையில் செதுக்கப்பட்டவை.

வட்டமான படிகள் வழியாக மேலேறிச் சென்றோம். அங்கே அப்போது எவருமில்லை. ஒரு வழிகாட்டி கூடவந்து சிலைகளைக் காட்டினார். அனேகமாக எல்லா சிலைகளும் உடைந்தவை. வேண்டுதலுக்காக கற்களில் செதுக்கப்பட்ட சிறிய ஸ்தூபிகள் அப்பகுதி எங்கும் பரந்திருக்கின்றன. பாறைகளில் நேரடியாகவே வெட்டப்பட்ட தூபிகள் மிக மிகப் பழைமையானவை. அப்பாறைகளில் பிராமி லிபிகளில் அசோகரின் பெயர் காணப்படுகிறது. மண்தொடும் பாவனையில் அமர்ந்திருக்கும் புத்தர் சிலை, தாராதேவி சிலைகள் உள்ளன.

புஷ்பகிரிக்கு மேல் ஒரு ஸ்தூபி இருந்திருக்கிறது. அது இடிந்து அதன் புராதனமான அடித்தளம் மட்டுமே இன்று எஞ்சியிருக்கிறது. அதனருகே பல சிறிய விகாரங்களின் அடித்தளங்களும், செங்கல் சுவர்களின் எச்சங்களும் உள்ளன. இந்த மடாலயத்துக்கு கி.பி.639ல் யுவான் சுவாங் வந்திருக்கிறார். புசி பொ கிலி என்று இக்குன்றை அவர் குறிப்பிடுகிறார். புஷ்பகிரியில் தேரவாத பௌத்தம் செல்வாக்குடன் இருந்திருக்கிறது.

ரத்னகிரி (Ratnagiri) உயரமற்ற குன்று. குன்றின் மீது பரப்பு அதிகம். கிட்டதட்ட ஒரு சிறிய நகரமே இந்தக் குன்றின் மீது இருந்திருக்கிறது. ஒரு பெரிய பல்கலைக் கழகம் அது. பன்னிரண்டாம் நூற்றாண்டுவரை மிகச் செல்வாக்குடன் இருந்த இந்த தலம் பின்னர் மெல்ல மெல்ல

ரத்னகிரி - தாந்த்ரீக பௌத்த மரபான வஜ்ராயனத்தின் மையம்

செல்வாக்கிழந்தது. ஆனால் பதினாறாம் நூற்றாண்டு வரைக்கும் கூட செயல்பட்டுக் கொண்டிருந்தது. பதினாறாம் நூற்றாண்டுக்குப் பின் கைவிடப்பட்டு அழிந்தது.

ரத்னகிரி தாந்த்ரீக பௌத்த மரபான வஜ்ராயனத்தின் மையம். இது இன்று திபெத்தில்தான் எஞ்சியிருக்கிறது. பௌத்தஞானத்தை பல்வேறு மறைச்சடங்குகள் ஆசாரங்களாக விரித்து எடுத்தது வஜ்ராயனம். புத்தர் மற்றும் போதிசத்வர் சிலைகளுக்கு பல்வேறு புதியவடிவங்களை அளித்தது இது. இந்தக் குன்றில் உள்ள சிலைகள் பிற இடங்களில் காணக் கிடைக்காதவை.

ரத்னகிரி முழுக்க ஆயிரக்கணக்கான சிறிய தூபிகள் உள்ளன. சற்றுப் பெரிய சிவலிங்கங்கள் போன்ற தூபிகள். கண்ணுக்குத் தெரியும் தூரம் வரை தூபிகள்தான். குன்றின் மீது செங்கல்லால் கட்டப்பட்ட விகாரங்களின் அடித்தளங்கள், எஞ்சிய பகுதிகள் உள்ளன. உறுதியான செங்கற்கள் ஆயிரம் வருடங்களாகியும் உடையாமல் கரையாமல் எஞ்சியிருப்பது மிக ஆச்சரியமானது.

அந்த அடித்தளங்கள் மிக மிகக் கனமாக அமைந்துள்ளன. ஆகவே அவற்றின் மீது பிரம்மாண்டமான மரக்கட்டுமானங்கள் இருந்திருக்க வேண்டும். நான்கு பக்கமும் சிறிய கோயில்களும் நடுவே பிரம்மாண்டமான உள்முற்றமும் உடைய விகாரங்கள் அவை. மையக்கருவறையில் பிரம்மாண்டமான புத்தர் சிலைகள் அமர்ந்திருக்கின்றன. பக்கவாட்டு கோயில்களில் இருந்த சிறிய புத்தர்சிலைகள் அருங்காட்சியகத்தில் சேமிக்கப்பட்டுள்ளன.

இப்பகுதியில் உள்ள புத்தர்கள் இருவகை. ஒன்று மண் தொடு பாவனையில் அமைந்திருக்கும் புத்தர். இரண்டு அவலோகிதேஸ்வரர் அல்லது லோகேஸ்வரர் சிலை. கையில் தாமரை மலருடன் நகைகளும், மணிமுடியும் அணிந்து வரத முத்திரையுடன் இருக்கும் புத்தர் இவர். மகாயான பௌத்தத்தின் இறுதிப் பகுதியில் உருவாகி வந்த இந்த தெய்வ வடிவம் பின்னாளில் வஜ்ராயன பௌத்தத்துக்கு மிக முக்கியமானதாக ஆகியது.

இந்தக் குன்றின் மீது பல பிரம்மாண்டமான தூபிகள் இடிந்து எஞ்சிய செங்கல் பகுதிகள் உள்ளன. முழுமையாக இருப்பவை நடுத்தர அளவுள்ள கருங்கல் தூபிகள் மட்டுமே. இந்தத் தூபிகளின் நான்கு பக்கமும் நான்கு பாவனையில் அமர்ந்திருக்கும் புத்தரின் சிலைகள் உள்ளன.

ரத்னகிரியை சுற்றிவர நெடுநேரமாகும். பெரிய நிலவெளி அது. இன்னும் அகழ்ந்து எடுக்கப்படாத பகுதிகளும் பல உள்ளன. பன்னிரண்டு அடி உயரமுள்ள பிரம்மாண்டமான புத்தர், அவலோகி

தேஸ்வரர் சிலைகள் மண்ணில் நாட்டப்பட்டு வெட்டவெளியில் நிற்பது அற்புதமான மன எழுச்சியை அளிப்பது. தொலைவில் நின்று பார்க்கையில் அந்தச் சிலையின் தனிமை துணுக்குறச் செய்கிறது. நெருங்க, நெருங்க அச்சிலையின் பிரம்மாண்டம் நமக்குள் தனிமையை நிறைக்கிறது.

லலிதகிரி (Lalitgiri) தேரவாத பௌத்தத்தின் புராதன மையம். இங்கே சமீபத்தில் அகழ்வாய்வில் மிக முக்கியமான ஒரு பொருள் கிடைத்தது. ஒரு சிறிய பொற்சிமிழ் கிடைத்தது. அதற்குள் ஒரு வெள்ளிச்சிமிழ் இருந்தது. அதற்குள் ஒரு கற்சிமிழ். அந்தச் சிமிழுக்குள் சில சிறிய எலும்புத்துண்டுகள் இருந்தன. அவை புத்தரின் எலும்புகள் என நம்பப்படுகிறது.

ரத்னகிரியில் மிக முக்கியமான ஒரு பௌத்த அருங்காட்சியகம் உள்ளது. இப்பகுதியில் கிடைத்த புத்தமதச் சிலைகள் இங்கே சேமிக்கப் பட்டுள்ளன. ஆளுயரமுள்ள புத்தர் தலைகள் இரண்டு இரு அறைகளில் உள்ளன. எட்டாள் உயரமுள்ள புத்தர்சிலையின் எஞ்சிய பகுதிகள் அவை. விதவிதமான புத்தர்கள். அமர்ந்து, நின்று, யோகத்திலாழ்ந்தவை. தர்மச்சக்கரத்தை சுழற்றுபவை. நல்லுரையாற்றுபவை. மண் தொட்டு அமர்ந்திருப்பவை.

புத்தரின் இருபக்கமும் இரு போதிசத்வர்கள் நிற்பதுண்டு. போதிசத்வ பத்ம பாணி. போதிசத்வ வஜ்ரபாணி. ஒருவர் தாமரையை

லலிதகிரி சிதைவுகள்

ஏந்தியவர், இன்னொருவர் மின்னலை ஏந்தியவர். மிக மிக மிக மெல்ல மலரும் ஒன்று, கண்காணா கணத்தில் மலரும் இன்னொன்று. சித்தத்தில் ஞானம் உதயமாவதின் இரு கணங்கள். இரண்டுக்கும் நடுவே புத்தர். இரண்டும் ஆனவர். இரண்டுக்கும் அப்பாற்பட்டவர். திரும்பத் திரும்ப அந்த இரண்டு எல்லைகளின் முடிவில்லா சாத்தியங்களை நோக்கிச் சென்று, மண்டை அறைபட்டுச் சரிந்து கொண்டிருந்தது என் பிரக்ஞை.

புத்தர் சிலை முன்...

சூழ்ந்திருக்கும் புத்தர்கள். ஒளியில் அதிர்ந்து ஒருபொருள் பல நூறாகத் தெரிவதுபோல என் சித்த அதிர்வில் புத்தர் பலவாகி விட்டாரா என்ன? இந்தப் பித்தம் தெளிந்த பின் ஒன்றாக மாறி என் முன் நிற்பாரா என்ன? ஒரு புத்தர் முன் அமர்ந்தேன். அந்த அருங்காட்சியகத்திலேயே அழகான சிலை. நழுவி, நழுவி பட்டுத்துணி போல, தேன்போல கனவுக் காட்சி போல விலகிச்சென்றது பிரக்ஞை.

அக்கணம் ஒன்றை உணர்ந்தேன். எல்லா தெய்வங்களும் நம்மை நோக்குகின்றன. எல்லா சிலைகளும் பார்வை கொண்டவை. புத்தர் நம்மை பார்ப்பதே இல்லை. அவர் கண்கள் அவரை மட்டுமே நோக்குகின்றன. அவருக்குள் உறையும் அகண்ட காலத்தை, பெருவெளியை. அதனால்தான் அவர் முகத்தில் அந்த பேரமைதியா? அந்த மெல்லிய துக்கமா? பேரமைதி என்றால் மெல்லிய துக்கம் அதில் ஊடாட வேண்டுமா என்ன?

அந்தக் கண்கள் திறக்குமென எண்ணியது போல, உணவுக்காக காத்துத் தவித்து நிற்கும் நாய்போல என் போதம் ஏங்கி நின்றது. காலங்கள் முழுக்க வளைந்து, வளைந்து ஓடிச்சென்றது. எங்கெங்கோ மானுட இனம் பிறந்து, பிறந்து இறந்தது. கல் மட்கி மண்ணாயிற்று, மண் இறுகி கல்லாயிற்று.

பின் கண்விழித்தேன். புத்தர் அங்கே இருந்தார். வேறு புத்தர்.

- 17 -

பயணத்தின் மிகக்களைப்பான நாட்களில் ஒன்று. காலையில் எழுந்ததுமே புவனேஸ்வருக்குள் நுழைந்தோம். நகரின் நடுவிலேயே இரு முக்கியமான குன்றுகள் உள்ளன. கண்டகிரி (Khandagiri), உதயகிரி (Udayagiri) என்ற இரு பாறைக் குன்றுகளும் ஒரு காலத்தில் ஒன்றாக இருந்து ஒரு மாபெரும் பூகம்பத்தால் இரண்டானவை என்பது தொன்மம். இவ்விரு மலைகளும் சமணக்குகைகளால் நிறைந்தவை. கிட்டதட்ட தேன்கூடு.

கண்டகிரியில் எழுநூறுக்கும் மேற்பட்ட குடைவரைகள் இருந்துள்ளன. பூகம்பத்தால் அப்பகுதியே இடிந்து சரிய, இப்போது 33 குகைத் தொகுதிகள் எஞ்சியிருக்கின்றன. உதயகிரியில் 18, கண்டகிரியில் 15. கண்டகிரி என்றால் உடைந்த மலை என்றும், உதயகிரி என்றால் பிறந்தமலை என்றும் பெயர் என்றார்கள்.

சாதவாகனர் ஆட்சிக்காலத்தைய குடைவரைகள் இவை. முதலில் உதயகிரிமேல் ஏறிச்சென்றோம். இது நகரின் ஒரு முக்கியமான பிக்னிக் இடமாக உள்ளது. குடைவரைகளில் சிற்பங்களென அதிகம் இல்லை. வெறும் சதுரங்கள். சில குடைவரைகளின் விளிம்புகளில் அழகிய வளைவுகள் செதுக்கப்பட்டுள்ளன.

உதயகிரியின் உச்சியில் ஒரு சமணக்கோயில் உள்ளது. இடிபாடுகளில் பதினெட்டாம் நூற்றாண்டில் கட்டப்பட்டது. அங்கே எட்டடி உயரமான கன்னங்கரிய சலவைக்கல்லில் செதுக்கப்பட்ட பார்ஸ்வநாதர் ஓர் அறையில் நின்றுகொண்டிருக்கிறார். அழகான சிலை. ஆனால் சமீபத்தில் செதுக்கப்பட்டது. அப்பகுதி முழுக்க மலைக்குடைவுகள் இடிந்த எச்சங்கள். சில குகைகளுக்குள் சுவரில் புடைப்பாகச் செதுக்கப்பட்ட தீர்த்தங்கரர் சிலைகள் உள்ளன.

ராணி குகை - உதயகிரி

ஹாதி குகை - உதயகிரி

புடைப்புச் சிற்பங்கள் - உதயகிரி

குடைவரைக்கோயில் - கண்டகிரி

சமண தீர்த்தங்கரர் சிலைகள் - கண்டகிரி

ஓர் இடத்தில் குகை இருந்த பாறை அப்படியே பிளந்து சரிந்திருக்க, எட்டா உயரத்தில் புடைப்பாகச் செதுக்கப்பட்டிருந்த தீர்த்தங்கரர் மற்றும் யட்சி சிலைகள் அழகாக இருந்தன. அப்பகுதியில் இரு சாமியார்கள் குட்டி ஆசிரமங்களை அமைத்துத் தங்கியிருக்கிறார்கள். சாக்தேயர்கள் போலத் தெரிந்தனர். அவர்களை நாம் பார்த்துவிட்டால் காணிக்கை எதிர்பார்க்கிறார்கள்.

கண்டகிரி இன்னும் பெரிய குன்றுப்பகுதி. பிரதான் என்ற வழிகாட்டியை அமர்த்திக்கொண்டோம். நாடகத்தனமான உடைந்த ஆங்கிலத்தில் அவர் அப்பகுதியை விளக்கினார். இந்தக்குகைகள் சாதவாகன மன்னர்களால் சமணத்துறவிகளுக்கு செதுக்கிக் கொடுக்கப் பட்டவை. பின்னர் தொடர்ச்சியாக ஏழாம் நூற்றாண்டு வரை இவை செதுக்கப்பட்டுள்ளன. எட்டு அடுக்குகளாக மலைகளில் இக்குகைகள் செதுக்கப்பட்டிருந்தன என்றும் ஒரு பெரும் பூகம்பத்தால் இப்பகுதி இடிந்து சரிந்தபின் கைவிடப்பட்டது என்றும் பிரதான் சொன்னார்.

மேலிருந்து குகைகள் செதுக்கப்பட்ட பாறைகள் குகைகளுடனேயே உருண்டு கீழே வந்து கிடந்தன. இப்போது மூன்றடுக்குகளே உள்ளன. மிச்ச அடுக்குகள் பாறைகளாக உடைந்து பரவிவிட்டன. குகைகளில் பெரும்பாலானவை உடைந்து பாதிப்பாதியாக எஞ்சியிருக்கின்றன.

இப்பகுதியின் பாறைகள் மென்மையான மணற்பாறைகள். ஆகவே கரைந்தழியாத சிற்பம் என ஏதும் இங்கே இல்லை. கீழே குகைகளின் மையப்பகுதி ஒரு பெரிய திறந்தவெளி அரங்கு. அதன் வலப்பக்கத்தில் மன்னனும் அரசியும் அமரும் மேடை. இடப்பக்கம் அமைச்சர்களும் பெருங்குடியினரும் அமரும் மேடை. கீழே மக்களுக்கான இடம். சுற்றி சிறிய குடைவரைக்கோயில்கள். இப்போது எவற்றிலும் தெய்வங்கள் இல்லை.

குடைவரைக்கோயில்களின் மேல்விளிம்பில் நுணுக்கமாகச் செதுக்கப்பட்ட சிலைகள் உள்ளன. அவற்றில் ஒரு சிலைத்தொடர் முக்கியமானது. கையில் உலகத்தை ஏந்தியபடி இன்னொரு கையில் வாளுடன் போருக்கு வருகிறார் அசோகர். அவருக்கு முன்னால் குழந்தைகளுடன் பெண்கள் போருக்கு வந்து நிற்கிறார்கள். கலிங்கப் போரின் இறுதியில் அத்தனை ஆண்களும் இறந்துவிட பெண்கள் போருக்கு வந்தனர் என்றார் பிரதான். அசோகர் போரை நிறுத்தி மனம் மாற அது முக்கியமான காரணம். அந்த உத்தியேகூட புத்த பிட்சுகளால் சொல்லிக்கொடுக்கப்பட்டதாக இருக்கலாம்.

கண்டகிரி சமண பௌத்த மதங்களுக்குப் பொதுவான இடமாகவே இருந்திருக்கிறது. குடைவரைகளை சாதவாகனர்கள், சோமவன்ஷிகள் உட்பட பௌத்த மன்னர்களும் இந்து மன்னர்களும் கட்டிக்

கொடுத்திருக்கிறார்கள். இந்த விஷயத்தை எப்போதுமே கவனிக்கமுடிகிறது. இந்தியாவில் நாங்கள் கண்ட பெரும்பாலான சமண பௌத்த கோயில்களும் குடைவரைகளும் சைவர்களும் வைணவர்களுமான மன்னர்களால் கட்டிக்கொடுக்கப்பட்டவை. அவர்கள் அம்மதங்களைப் பேணியிருக்கிறார்கள்.

கண்டகிரி குகைகளின் முக்கியமான சிறப்பம்சங்களில் ஒன்று இங்கிருக்கும் யவனத்தொடர்பு. குகைகளின் வாயில் காவலர்களாக யவன வீரர்கள் செதுக்கப்பட்டிருக்கிறார்கள். கால்களில் பெரிய சப்பாத்துகள் அணிந்து யவன குட்டைக்கால் சட்டையும் இரும்புக்க வசங்களும் போட்ட வீரர்கள் கி.மு. ஒன்றாம் நூற்றாண்டிலேயே செதுக்கப்பட்டிருக்கலாம் என்று சொல்லப்படுகிறது.

தமிழ் வரலாற்றுக்கு இந்த குகைகள் மிக மிக முக்கியமானவை. சொல்லப்போனால் தமிழகத்தின் பதிவுசெய்யப்பட்ட வரலாற்றையே இந்த குகைகளை சொல்லியபடி தொடங்குவதே நல்லது. சென்ற சில நாட்களுக்கு முன் ஆய்வாளர் துளசி ராமசாமி என்னைப் பார்க்க வந்திருந்தார். தமிழிலக்கியங்களில் மூலவரிகளில் பாண்டியர் சோழர் போன்ற சொற்கள் இல்லை என்றும் கல்வெட்டுகளிலும் பாண்டியர் என்ற சொல் இல்லை என்றும் எங்காவது மூலவரிகளில் உள்ளதா என்பது ஆய்வுக்குரியது என்றும் சொன்னார். பழையன், செழியன் என்றும் பாண்டியர்கள் குறிப்பிடப்படுகிறார்கள் என்றார்.

ஆனால் கி.மு.இரண்டாம் நூற்றாண்டைச்சேர்ந்த ஒரு கல்வெட்டு இந்த குகைகளில் உள்ளது. கண்டகிரியில் உள்ள மிகப்பெரிய குடைவரை ஹாத்தி கும்பா குடைவரை. இன்று பாதி இடிந்துள்ள இந்தக் குடைவரை முன்பு யானைமுகப்பு கொண்டதாக இருந்ததாம். இதில் காரவேல மன்னரின் புராதனமான கல்வெட்டு ஒன்றுள்ளது. பதினேழு நீளமான வரிகள் கொண்டது இக்கல்வெட்டு. இந்தியாவின் புராதனமான விரிவான கல்வெட்டுகளில் ஒன்று இது. இதில் பாண்டிய என்ற சொல் வருகிறது.

நூற்றைம்பது ஆண்டு காலமாக கலிங்க நாட்டுக்கு அச்சுறுத்தலாக இருந்து வந்த திரமிர அல்லது தமிர மன்னர்களை காரவேலர் அடக்கினார் என்றும் திரமிள அல்லது திரமிர ஆதிக்கத்தை நிறுத்தினார் என்றும் சொல்லும் இக்கல்வெட்டு, பாண்டியர்களை வென்று கொண்டுவந்த திறையால் காரவேலர் நகரத்தை அமைத்ததையும் குமரிமலை மீது சமணர்களுக்கு உறைவிடங்கள் அமைத்ததையும் குறிப்பிடுகிறது. தமிழ், திராவிடம், பாண்டியம், குமரி மூன்றும் சேர்த்துக்குறிப்பிடப்படும் இக்கல்வெட்டை ஆய்வாளர் முக்கியமாகக் குறிப்பிடுகிறார்கள்.

உண்மையில் இக்கல்வெட்டைப்பற்றி நான் வாசித்திருந்தாலும் அது என் நினைவில் இல்லை. ராஜமாணிக்கம் இக்கல்வெட்டைப்பற்றிச் சொன்னபோதுகூட கொஞ்சம் மிகையாக சொல்லப்பட்ட ஊகமாக இருக்கலாம் என்ற எண்ணமே ஏற்பட்டது. கண்ணால் இந்தக் கல்வெட்டைப்பார்த்தது ஒரு முக்கியமான திறப்பு. ஒரு தரிசனம் என்றே சொல்லலாம்.

கண்டகிரியில் உள்ள கல்வெட்டுகளைப்பற்றி விரிவாகவே எழுத வேண்டும். பிராமி லிபியில் எழுதப்பட்ட பாலிமொழி கல்வெட்டுகள் அவை. சாதவாகனர் முதல் பல்வேறு அரசர்களைப் பற்றியவை.

மாலையில் அருகே உள்ள கொனார்க் சூரியக் கோயிலுக்குச் செல்லலாம் என்று நண்பர்கள் சொன்னார்கள். நான் பலமுறை வந்திருக்கிறேன். சென்ற 2008 இந்தியப்பயணத்தில்கூட கொனார்க் வந்திருந்தோம். ஆனால் நண்பர்கள் புதியவர்கள். ஆகவே கோயிலுக்குச் சென்றோம்.

கொனார்க்கின் ஆச்சரியம் பற்றி முன்னரும் எழுதியிருந்தேன். தொலைவில் அது எவ்வளவு பெரிய ஆலயம் என்பது நமக்குப் புரியாது. நெருங்க நெருங்க அதன் மூச்சடைக்கச்செய்யும் பிரம்மாண்டம் நம்மைச் சூழ்ந்துகொள்ளும். அந்த மாபெரும் ரதம் ஒரு மனிதனின் கனவு என்றால் அவன் சிற்பி அல்ல, தேவன்.

கொனார்க் சூரியக் கோயில்

செந்நிற மணற்பாறைகளால் ஆனவை. அவை காலத்தில் கரைந்துருகி விட்டன. கரையாத ஒரு சிறிய சிற்பம்கூட இல்லை. நடனமும் இசையும், காமமும் போரும். கிழக்கில் உதித்து எழும் சூரியதேவன் முன் இவ்வுலகம் எப்படித்தெரியுமோ அப்படி செதுக்கப்பட்ட கோயில். பல்லாயிரம் கொண்டாட்டங்கள். பல்லாயிரம் களியாட்டங்கள்.

கொனார்க்கின் மாபெரும் சிற்பவெளியில் சில கணங்களிலேயே சித்தம் பிரமித்துவிடுகிறது. கனவில் உலவும் அனுபவம் வாய்த்து விடுகிறது. அங்கே செதுக்கப்பட்ட பேரழகிகளின் சலன உறை நிலைகள் காலத்தை ஒரு பெருங்கனவுப்பரப்பாகக் கண்டவன் திடுக்கிட்டு விழித்துக்கொண்ட ஒற்றைக்கணம்.

ஒரு தம்பதியைக் கவனித்தேன். ஒரியர்கள். புதுமண இணைகள். அவன் அவளை அன்றி எதையுமே பார்க்கவில்லை. கண்ணாலும் கேமரா வாலும் சொல்லாலும் கைகளாலும் அவளை மட்டுமே பார்த்துக் கொண்டிருந்தான். இத்தனை ஆயிரம் அழகிகளும் கேளிகளும் அவனுக்கு பொருட்டல்ல.

ஆனால் எங்கோ மானுட மனம் குறையை உணர்கிறது. அது ஒரு மனித உடலின் குறை அல்ல. மானுட உடலின் போதாமை. அந்த இடை வெளியை நிரப்ப கலையை அள்ளி அள்ளிக் கொட்டிக்கொண்டே இருக்கிறான் மனிதன். இசையை, ஓவியத்தை, நடனத்தை, கவிதையை, காவியத்தை.

மானுட உடலின் அந்தக்குறை எது? மூத்து தளர்ந்து மட்கியழியும் அதன் நிலையின்மை பற்றிய உணர்வுதானா அது? இதோ கல்லும் மட்கியிருக்கிறதே.

அழியாதது அந்த முழுமைக்கான தாகம் மட்டும்தான். அதுவே கலையாகிறது. கலை மனிதனின் முழுமை அல்ல. முழுமைக்கான விழைவு மட்டுமே.

- 18 -

இந்த பயணத்தொடரின் மிக நீளமான, மிகக் களைப்பான பயணம் இது. நேற்றிரவு பாலுகாவ்ன் என்ற ஊரில் தங்கியிருந்தோம். அங்கே வந்துசேரவே இரவு பத்து மணி ஆகிவிட்டது. புவனேஸ்வரில் இருந்து நேராகக் கீழ்நோக்கி வந்துகொண்டே இருந்த பயணத்தில் அந்த சிற்றூரின் விடுதியில் தங்கினோம்.

காலை எழுந்ததும் அருகிலேயே இருந்த சிலிகா ஏரிக்கு (Chilika Lake, Ganjam District, Odisha) ஒரு படகுப்பயணம் செல்லலாம் என்று கிளம்பினோம். சிலிகா இந்தியாவின் மிகப்பெரிய உப்பு நீர் ஏரி. கடலின் கைக்குழந்தை என்றுதான் சொல்லவேண்டும். நாங்கள் பகல் முழுக்க நீண்டதோர் பயணம் செய்து இன்னொரு குகைக்குச் செல்லவேண்டியிருந்தது. ஒரு மாறுதலுக்காக சிலிகாவைப் பார்க்கலாமென நினைத்தோம்.

சந்தடிமிக்க குறுகலான தெருக்கள் வழியாக ஏரிக்கரையை அடைந்தோம். அது ஒரு கடற்கரை என்ற மனப்பிம்பம் நீங்காமலேயே இருந்தது. கரிய சேறு மண்டிய கரையோரமாக ஏராளமான படகுகள். பெரும்பாலானவை மீன்பிடிப்படகுகள். சுற்றுலாப்பயணிகளை ஏற்றிச்செல்லவும் முன்வருவார்கள். மூன்றுமணி நேரம் முதல் ஒருநாள் முழுக்க வரை பல்வேறு பயணத்திட்டங்கள்.

ஏரிக்குள் ஒரு தீவில் இருக்கும் துர்க்கை மா கோயிலுக்கும் சேற்றுத்தீவான பறவைத்திடலுக்கும் சென்றுவரத் திட்டமிட்டு ஒரு படகை வாடகைக்கு எடுத்தோம். யமகா மோட்டார் பொருத்தப்பட்ட சாதாரண மரப்படகு. அதி உற்சாகமான ஒரு சிறுவன், உதவியாளர் ஒருவர் படகைச் செலுத்தினார்.

கார்த்திக், ஷிமோகா ரவி முன்னே அமர்ந்திருக்க பின்புறம் கிருஷ்ணனுடனும், ராஜ மாணிக்கத்துடனும் நான் - சிலிகா ஏரி

கடல் அலையில்லாமல் அமைந்தது போலிருந்தது ஏரி. நல்ல குளிர் அடித்தது. கொஞ்ச நேரத்திலேயே எல்லாப் பக்கமும் கரைகள் மறைந்தன. பாலிதீன் பொட்டலத்துக்குள் இருப்பது போல உணர்ந்தேன். பனிமூட்டமா ஒளிமூட்டமா என்று தெரியாதபடி நான்கு பக்கமும் வானம் சூழ்ந்துகொண்டது. நீர்ப்பரப்பு கண்ணாடிப் பச்சை நிறத்தில் அலைபாய்ந்து கொண்டிருந்தது. ஓயாத மோட்டார் ஒலி. அலையும் அவ்வொலியும் சேர்ந்து அனைவரையும் மௌனமாக்கின.

எனக்குக் கடல் மீதோ ஏரி மீதோ பயணம் செல்வது பிடிப்பதில்லை. அதை விரும்பமாட்டேன் என்றில்லை. ஆனால் மலையில் பயணம் செய்யும்போது இருக்கும் குதூகலம் இருப்பதில்லை. தனிமையும் கொந்தளிக்கும் நினைவுகளுமாக நிலையழிந்திருப்பேன். நீர்மேல் எனக்கு மன ஒருமையே கூடியதில்லை. என்ன காரணம் தெரிய வில்லை. சூழ இருக்கும் அலைகள்தான் காரணமோ என்னவோ.

சதுப்பு அருகே படகை நிறுத்தினார்கள். இறங்க முடியாது. ஆழமில்லாத நிலம். இரண்டடி நீர் இருக்கும். தூரத்தில் புதர்மரக் கூட்டங்களில் நிறைய பறவைகள். பறவைகளைப் பார்க்க தூரநோக்கி

படகை செலுத்தும் சிறுவன் - சிலிகா ஏரி

தேவை. அது இல்லை. ஆகவே சும்மா கொஞ்ச நேரம் பார்த்துக் கொண்டிருந்தோம்.

துர்க்கை ஆலயம் மிகச்சமீபமாக கட்டப்பட்ட சிறிய கான்கிரீட் கட்டிட்டம். நிறைய கடைகள் இருந்தன. டீ குடித்துவிட்டு கொஞ்ச நேரம் சுற்றி வந்தோம். அதன்பின் கரை. கரைக்கு வந்த விடுதலையைக் கொண்டாடவேண்டும் போல உணர்ந்தேன். செல்லும்போது ஏரிக்கரையில் ஓர் விடுதியில் காலையுணவு சாப்பிட்டேன். கடைக்காரப்பையன் உபசரித்து திரும்பி வரும்போது மீன்சாப்பாடு இருக்கும் என்று சொல்லியிருந்தான். ஆகவே அங்கே சென்றோம்.

மிக அசுத்தமான சூழல். அருகே மீன்சந்தை. ஆனாலும் சாப்பிடலாமென நினைத்தேன். நினைத்தது போலவே மிகப்புதிய மீனின் சுவை கொண்ட குழம்பும் பொரியலும். நான் நன்றாகவே சாப்பிட்டேன். வயிறுக்கு ஏதாவது செய்யுமோ என்ற அச்சம் இருந்தது. காரணம் படைபடையாக ஈக்கள். வாழைப்பழம் சாப்பிட்டேன். பாக்டீரியா உள்ள உணவைச் சாப்பிட நேர்ந்தால் கூடவே வாழைப்பழம் சாப்பிடுவது நல்லது, அது பாக்டீரியா பெருகுவதைத் தடுக்கும் என டாக்டர் தம்பான் சுவாமி ஒருமுறை சொன்ன நினைவு.

அதன்பின் விடுதிக்கு வந்து காரில் ஏறிப் பயணம்தான். மொத்த ஒரிசாவையும் தாண்டி வரவேண்டும். ஆந்திரத்துக்குள் நுழைந்து மீண்டும் ஒரிசாவுக்குள் நுழைந்து செல்லவேண்டும். ஐநூறு கி.மீ. அதில் முந்நூறு கி.மீ.தொலைவை இன்றே கடக்கவேண்டும்.

பொதுவாக நாங்கள் இரவுப் பயணங்கள் செய்வதில்லை. அது பாதுகாப்பானதல்ல. மட்டுமல்ல நன்றாகத் தூங்காவிட்டால் பயணங்கள் சுவாரசியமளிக்காது. ஆனால் எல்லாப் பயணத்திலும் சிலநாட்கள் இப்படி ஆகிவிடும். நாங்கள் முதலில் வந்து சேர்ந்த குனுபூர் என்ற சிறிய நகரில் நான்கே விடுதிகள். நான்கிலும் அறைகள் இல்லை. மது அருந்தி உற்சாகமாக இருந்த ஒருவர் வந்து பேரன்புடன் எல்லா விடுதிக்கும் கூட்டிச்சென்று காட்டினார். உணவு விடுதிக்கு அழைத்துச்சென்று உபசரித்தார்.

அங்கிருந்து மீண்டும் கிளம்பி ராய்கிரகா என்ற நகரை வந்தடைந் தோம். வரும் வழி முழுக்க காடும் குக்கிராமங்களும். வழிகேட்க எவருமில்லை. ஓர் ஊகத்திலேயே வந்தோம். மிகச்சிறிய நகரம். இங்கே ஒரு விடுதியில் அறை. பன்னிரண்டு மணி நெருங்குகிறது.

பயணங்களில் ஒன்றுமே நிகழாமல் சில நாட்கள் செல்லும். ஒன்றுமே நிகழவில்லை என்பது ஒரு ஒப்புநோக்கு மட்டுமே. பலசமயம் சில வருடங்கள் கழித்து நாம் நினைவுகூரும் பல விஷயங்கள் இந்த ஒன்றுமே நிகழாத நாளில் நிகழ்ந்தவையாக இருக்கும். கூட்டம் கூட்டமாக வந்து ஒரே சமயம் தெலுங்கிலும் ஒடியமொழியிலும் வழிசொன்னவர்கள், டீ இல்லை என்று சொன்ன பின் எட்டு டீ என்று கேட்டதுமே டீ உண்டு என்று சொன்ன கடைக்காரப்பெண்மணி என எவ்வளவோ முகங்கள் நாளை நினைவில் எஞ்சக்கூடும்.

இந்தக்குறிப்புக்குப்பின் நான் தூங்கவேண்டும். ஒவ்வொருநாளும் குறிப்பை எழுதுவதென்பது ஒரு பெரிய சவால். ஆனால் நினைவுகளை எழுதுவதை விட நிகழ்வுகளை எழுதுவதில் உள்ள உடனடித் தன்மைக்கு மதிப்பு அதிகம் என்பதனால் இதை எழுதுகிறேன்.

இன்றிரவு என் தூக்கத்தில் அலைகள் அடித்துக்கொண்டே இருக்கும். சிற்பங்களின் அலைகள். பாறைகளின் அலைகள். மனிதமுகங்களாக வீடுகளாக நெடுஞ்சாலையாக விரியும் காலத்தின் அலைகள். குகைகளுக்குள் தேங்கும் காலமின்மையின் அலைகள்.

- 19 -

குப்தேஸ்வர் குகைகள் ஒரிசாவில் ஜாய்ப்பூர் அருகே உள்ளன (Gupteswar Caves, Jeypore, Odisha). எங்கள் பயணத்திட்டத்தில் இது முக்கியமான இடம். ஆனால் அங்கே செல்வது அப்படி ஒரு கஷ்டமான நிகழ்வாக இருக்குமென நினைக்கவிச்ல்லை. வட ஆந்திரா, சட்டிஸ்கர் இரண்டுக்கும் அருகே இருப்பதனால் இப்பகுதியின் காடுகள் மாவோயிஸ்டுகளின் ஊடுருவல் உள்ள பகுதிகள். ஆகவே சட்டிஸ்கரில் கண்ட அதே சூழ்நிலையே இங்கும் நீடித்தது. எங்கும் முட்கம்பி வேலி போடப்பட்ட துணை ராணுவப்படை, எல்லைக் காவல்படை முகாம்கள். உடைக்கப்பட்ட பாலங்கள், பாழடைந்த சாலைகள்.

காலையில் கிளம்பி, இடுப்பொடியப் பயணித்து, மதியம் ஒருமணிக்கு இருநூறு கிலோமீட்டரை கடந்து குப்தேஸ்வர் வந்து சேர்ந்தோம். குப்தேஸ்வர் அருமையான பெயர்- ரகசிய இறைவன். இங்குள்ள ஒரு குகைக்குள் இருக்கும் கல்வடிவம் சிவனாக ஆயிரமாண்டுகளுக்கும் மேலாக வழிபடப்பட்டு வருகிறது. பழங்காலத்தில் குப்தேஸ்வர் மிகமிக சிலரே வரக்கூடிய அடர் கானகப்பகுதி. சிவராத்திரி அன்று மட்டும் ஓரளவு கூட்டம் இருக்கும்.

இன்றும் நிலைமை பெரிதும் மாறிவிடவில்லை. சாலை இருக்கிறது. ஆனால் அங்கே எந்த வசதிகளும் இல்லை. மாவோயிஸ்டு பிரச்சினை இருப்பதனால் அதிகம்பேர் வருவதில்லை. ஆகவே வணிகர்கள் உருவாகவில்லை. பெரும்பாலும் பழங்குடிகள் மட்டுமே கண்ணுக்குப் பட்டார்கள். அவர்களுடைய கடைகள் மூங்கிலும், புல்லும், பிளாஸ்டிக் காகிதமும் கொண்டு கட்டப்பட்டவை. பூக்கள், சாம்பிராணிக் கூடைகள் விற்கக்கூடிய சிறிய கடைகள்தான். ஒரே ஒரு கொட்டகை ஓட்டல். அதை ஒரு பெண்மணி நடத்தினாள். நாங்கள்

பழங்குடிப்பெண்

சென்று இறங்கும்போது சோறு முடியப்போகும் தருணம். அவசரமாகச் சாப்பிட்டோம். பசிக்கு அவள் அளித்த நல்ல சோறும், பருப்புக்குழம்பும் நன்றாகவே இருந்தது. சாப்பாடு ஐம்பது ரூபாய்.

கொலாப் நதிக்கரையில் அமைந்துள்ள குப்தேஸ்வரின் மலைகள் சுண்ணாம்புக் கற்களால் ஆனவை. பொதுவாக சுண்ணாம்புக் கற்களால் ஆன மலைகளில்தான் குகைகள் உருவாகின்றன. இங்கே ஏழெட்டு குகைகள் உள்ளன. மூன்று குகைகள்தான் பெரியவை. இவை மூன்றுமே பிலங்கள் அல்ல, மலைக்குமேல் உள்ள குகைகள். நேராக சென்று நதிக்கரையில் விசாரித்து ஒரு வழிகாட்டியைப் பிடித்தோம். அவனுக்குப் பத்து வயதுதான் இருக்கும். ஒரு டார்ச் விளக்குடன் வந்து கூட்டிச்சென்றான். பள்ளிக்கூடம் இல்லாத காரணத்தால் அவனுடைய நண்பர்களும் சேர்ந்துகொண்டார்கள்.

கூட்டமாக சென்றோம். குகை வாயில்வரை அரசு அமைத்த பழைய சிமெண்ட் பாதை உள்ளது. குப்தேஸ்வரின் முதற்குகையின் வாயில் கொஞ்சம் பெரியது. முப்பதடி உயரமிருக்கும். ஒரு பெரும் கோபுரவாயில் என நினைத்தேன். உள்ளே நுழைந்ததும் ஒரு வட்ட மான கூடம் போன்ற அமைப்பு. வௌவால் நெடி. மெல்ல குகைக்குள் நுழைந்தோம். பாதை குறுகியபடியே சென்றது. ஒரு கட்டத்தில் நன்றாகக் குனிந்தேதான் செல்லவேண்டியிருந்தது. தலையில் பாறை

குப்தேஸ்வர் குகை வாயில் உள்ளிருந்து

இடித்தால் ரத்தக்காயம்தான். ஏனெனில் நீர் வழிந்து உருவான இந்தப்பாறைகள் கூரிய கத்திபோல நீட்டிக்கொண்டிருக்கும்.

குகைகளுக்குள் மட்டுமே உள்ள அடர்ந்த இருளும் செவிகளைக் குத்தும் நிசப்தமும். குகையின் காற்றிலும் ஆக்ஸிஜன் குறைவாக இருந்தது. உள்ளே செல்லச் செல்ல பல கிளைகளாகப் பிரிந்து சென்றபடியே இருந்தன வழிகள். எங்கள் தலைக்குமேல் மரங்களும் பாறைகளுமாக ஓங்கி நின்ற மலையின் கருப்பைக்குள் நுழைகிறோம் என்ற உணர்வு ஏற்பட்டது. மலைக்கும் அது தெரியும் என்று தோன்றியது. குகைகளின் வெப்பம்தான் அவற்றை உயிருள்ள ஒரு துளைவழி என்று எண்ணச் செய்கிறது போல.

அரை கிலோமீட்டருக்குப்பின் சட்டென்று குகை சரிவாக இறங்க ஆரம்பித்தது. அமர்ந்து சறுக்கிச் சறுக்கித்தான் செல்ல வேண்டும். நண்பர்களுக்குப் பிறரது டார்ச் விளக்கை எப்படி அடிப்பதென்று தெரியவில்லை. ஒளியை நிலையாக வைத்திருந்தால் குகைக்குள் விரியும் வெளிச்சத்துக்குக் கண்கள் பழகி குகை தெரிய ஆரம்பிக்கும். ஆனால் பதற்றத்திலும், ஆர்வத்திலும் ஒளியை சுழல விட்டுக் கொண்டே இருப்பார்கள். அது இருளும் ஒளியுமாக மாறி மாறிக் கண்ணில் விழச்செய்து கிட்டதட்ட நம்மைக் குருடாகவே

குப்தேஸ்வர் குகையின் எல்லையில் மிகச் சிறிய ஒரு பாதை -
இரண்டடி உயரம் மூன்றடி அகலம் இருக்கும்.

ஆக்கிவிடும். பிரசாத் விளக்கை சுற்றிக்கொண்டே இருந்தார். சற்று நிலையாகப் பிடியுங்கள் என்றேன்.

அந்தக் கீழ்நோக்கி இறங்கும் சுரங்கவழியின் எல்லையில் மிகச்சிறிய ஒரு பாதை. அமர்ந்து, நுழைந்து பின் முழுமையாகத் தவழ்ந்துதான் உள்ளே செல்ல வேண்டும். இரண்டடி உயரம் மூன்றடி அகலம் இருக்கும். அதனுள் சிறுவர்கள் எறும்புகள் போல சரசரவென்று சென்றுவிட்டார்கள். நான் அதன் விளிம்புவரை வந்தேன். மேலே இருந்த நண்பர்கள் காற்று வரும் வழியை முழுமையாகவே அடைத்து விட்டதனால் சட்டென்று மூச்சுத் திணறிவிட்டது. வழிகேட்டு பின்னால் வந்துவிட்டேன்.

எங்கள் குழுவில் மிகப் பெரியவரான நீல்கண்ட் சரசரவென்று படுத்து உள்ளே சென்றுவிட்டார். நாலைந்து அடிதூரம் சென்றபின் ஒரு படி வழியாக இறங்கினால் உள்ளே மிகப்பெரிய அறையும் நீளும் பாதையும் இருப்பதாகச் சொன்னார். சற்று தயங்கியபின் ராஜ மாணிக்கமும், கிருஷ்ணனும் உள்ளே சென்றார்கள். ‘வாருங்கள் சார், ஒரு நாலடி தூரம்தான் இந்தச் சின்ன வழி’ என்று கிருஷ்ணன் வற்புறுத்தினார். நானும், பிரசாத்தும், ரவியும் வெளியே நின்று விட்டோம்.

நான் ஏன் உள்ளே செல்லவில்லை என யோசித்துக்கொண்டே இருந்தேன். அது என் இயல்பே அல்ல. அனேகமாக அப்படி ஒரு சாகசப் பயணத்தில் நான் செல்லாமல் இருந்தது அதுவே முதல்முறை. அது வயதாவதை உணரும் தருணம். உடலின் எல்லை நம் மனதுக்குத் தெரிகிறது. நம்மால் ஓர் எல்லைக்கு மேல் உடலை வளைக்க முடியாதென்ற அச்சம். மூச்சு நம் கையில் இல்லை என்ற அச்சம். அதை வெல்ல வேண்டுமென்றால் தொடர்ந்து உடலுடன் ஒரு போட்டியில் இருக்க வேண்டும். உடலைப் பயிற்றுவித்துத் தயார்நிலையில் வைத்திருக்க வேண்டும். அது என் இயல்பல்ல. நடை தவிர எந்த உடற்பயிற்சியும் என்னால் செய்யமுடியாது. என் சிந்தனை ஓட்டத்தை ஒத்திவைத்து ஒரு பயிற்சியில் ஈடுபடுவது எனக்கு சாத்தியமே அல்ல.

அல்லது மனதின் எல்லையை உடல் உணர்கிறதா? இளமையில்தான் மனிதர்கள் உயிருக்குத் துணிந்து பெரிய விஷயங்களைச் செய்கிறார்கள். அப்போது உயிரும் வாழ்க்கையும் துச்சமாகத் தெரிகின்றன. முதிர்ந்தவர்கள் உயிர்த் தியாகம் செய்வதில்லை. வாழ்க்கை அவர்களுக்கு மிக அருமையானதாக ஆகிவிடுகிறது. இந்தத் தேன் கோப்பையின் அடி தெரிய ஆரம்பிக்கிறது. கிழவர்கள் வாழ்க்கைமேல் மேலும் பற்றுக் கொண்டிருக்கிறார்கள். சற்றே படபடப்பாக இருந்தாலும் ஆஸ்பத்திரிக்குக் கொண்டுசெல்லக் கோரி கூச்சலிடுகிறார்கள். எப்போதும் மரண பயத்துடன் இருக்கிறார்கள்.

கிருஷ்ணனும், ராஜமாணிக்கமும் திரும்பி வந்தனர். உள்ளே குகை இன்னும் உருவாக்க நிலையில் இருப்பதுபோல உள்ளது என்றார்கள். சுவர்கள் சேறால் ஆனவை என்று தோன்றின என்றும் ஆனால் தொட்டுப் பார்த்தால் அவை பாறைகள் என்று தெரிந்தன என்றும் கிருஷ்ணன் சொன்னார். தரையில் நீர் ஓடும் சதுப்பு. பெரிய சுண்ணாம்புக்கல் தூண்கள் பல இருக்கின்றன என்றார் ராஜமாணிக்கம். குகை மேலும் பல கிலோமீட்டர் தூரம் சென்றுகொண்டே இருப்பதாகவும் ஆழத்துக்குச் செல்ல முடியாது என்று தோன்றியதாகவும் சொன்னார்.

இரண்டாவது குகை திரும்பும் வழியில் இருந்தது. இது சற்றே சிறிய குகை. உள்ளே ஒரு காளி சிலையைப் பிரதிஷ்டை செய்திருந்தார்கள். எவரோ பூசை செய்வதாகத் தோன்றியது. ஒரு இருக்கை போடப்பட்டிருந்தது. மேலேறிச்செல்லும் சரிவான பாதை வழியாகச் சென்றோம். அரை கிலோமீட்டர் வரை சரிவு சென்றது. செல்லச் செல்ல உயரம் குறைந்துகொண்டே சென்றது. அதன்பின் ஒரு சிறிய கூடம். இந்தக் குகைக்குள் ஸ்டால்மேட்கள் எனப்படும் சுண்ணாம்புக்கல் வழிந்த வடிவங்கள் மேலும் அதிகம். விசிறி மடிப்புப்

பாறைகள். பனங்கிழங்கு போன்று தூண்கள். டார்ச் லைட் ஒளியில் அவை உருவாகி வந்தபடியே இருந்தன.

இந்தக் குகை வழியாகச் சென்ற நீர் சிறிய இடுக்குகள் வழியாக மறுபக்கம் சென்றிருந்தது. ஒரு கட்டத்தில் குகை மிகச்சிறியதாக ஆகி நின்றுவிட்டது. இடைவெளிகள் வழியாக டார்ச் அடித்துப்பார்த்தோம். ஓர் இடத்தில் இறங்கிச் செல்வதற்கான வழி தென்பட்டது. எப்போதோ இரும்புப்படிகள் அமைத்திருந்தார்கள். ஆய்வாளர்கள் அன்றிப் பிறர் அங்கே செல்லமுடியாது. அவ்வளவு இடுக்கமான ஈரமான பாறைச்சந்து அது.

நண்பர்களின் உடைகள் முழுக்க சேறாகிவிட்டன. நதியில் இறங்கிக் கழுவிக்கொண்டோம். ஒரு டீ குடித்தபின் குப்தேஸ்வர் மலைமேல் ஏறினேன். இருநூறு படிகள் இருக்கும். மேலே சென்றால் சாதாரணக் கோயில் போல ஒரு வாசல் தென்பட்டது. எவர்சில்வர் கம்பியால் வாசல் போடப்பட்டது. சிறிய கோயில். வாயிலின் இருபக்கமும் நந்தியும், பூதகணமும் காவல் காப்பதுபோல சிலைகள். ஆனால் உள்ளே சென்றதும் அதுவும் ஒரு குகை என்று தெரிந்தது. சிறிய குகைவழி வழியாக இறங்கி உள்ளே செல்லவேண்டும். உள்ளே சிறிய குகை அறைக்குள் சிவலிங்கம் இருந்தது. அமர்நாத் பனிலிங்கம்

குப்தேஸ்வர் லிங்கம்

போன்றது. இதுமேலிருந்து சொட்டும் நீர் விழுந்து விழுந்து அதிலுள்ள சுண்ணாம்பு உறைந்து உருவான வடிவம். இது வளர்ந்து கொண்டே இருப்பதாக ஐதீகம், அது உண்மையும் கூட.

குப்தேஸ்வருக்குப் பின்னால் மேலும் கீழிறங்கும் வழி உள்ளது. அதில் இறங்கிச்சென்றால் பெரியதோர் குகை விரிகிறது. அப்படி ஒரு பெரிய குகை அங்கிருப்பதை ஊகிக்கவே முடியாது. பெரிய சுண்ணாம்புக்கல் தூண்கள் ஆலமர அடி போல, யானைக்கால் போல நின்றிருந்தன. மலையின் வேட்டியின் மடி போல, மலைப்பசுவின் அகிடு போல, தொங்கும் சுண்ணாம்புப்பாறை கூம்புகளும் குவைகளும். இரு கைவழிகளாக குகை பிரிந்து உள்ளே சென்றபடியே இருந்தது.

இந்த குகையும் அரை கிலோமீட்டருக்கு அப்பால் மிக மிகக் குறுகலாக ஆகிவிட்டது. அங்கே செல்வதற்காக படிகளைச் செதுக்கி யிருந்தார்கள் என்றாலும் தொழில்முறை குகைப்பயணிகள் மட்டுமே மேலும் செல்லமுடியும். பாதை மிகச் சறுக்கலானது. சறுக்கி விழுந்து உருண்டால் நான்குபக்கமும் திறந்து அடி காணமுடியாத இருட்டுடன் வாய்திறந்து நின்ற குகைச்சந்துகள் எதிலாவது விழுந்து மாட்டிக் கொள்ள நேரிடும். உள்ளே நெடுந்தொலைவு செல்லவேண்டாம், திரும்பி வரும் வழி மறந்துவிடும் என பூசாரி எச்சரித்திருந்தார். ஆகவே எங்களால் முடிந்தவரை சென்று டார்ச் அடித்துப் பார்த்துவிட்டு திரும்பிவிட்டோம்.

மீண்டும் அதே மலைப்பாதையில் பயணம். இரவு ஜாய்ப்பூரில் தங்குவதாக திட்டம். வரும் வழியில் கிருஷ்ணன் சொன்னார். ‘குகைக்குள்ளே ஒருமணி நேரம் இருந்துட்டு வரப்பதான் சார் ஒளியும் காற்றும் எவ்வளவு அற்புதம்னு தெரியுது! எல்லாமே புதுசா கழுவித் துடைச்சு வச்சமாதிரி இருக்கு. இதுக்காகவே ஒருநாள் முழுக்க உள்ளே இருந்தா என்னன்னு தோணுது.’

நான் இரு நூல்களை நினைவு கூர்ந்தேன். ஒன்று ஹென்றி ஷாரியரின் பாப்பிலான். அதில் ஷாரியரை ஸ்பானிஷ் கொலம்பியா அரசு, ஒரு தண்டனைச் சிறைக்கு அனுப்புகிறது. அது கைவிடப்பட்ட கனிச் சுரங்கங்களால் ஆன ஒரு பெரும் பொந்து. அதை கம்பிகளாக தடுத்து சிறையாக ஆக்கியிருக்கிறார்கள். ஒவ்வொருநாளும் சேற்று நீர் சிறையை நிரப்பி வடிந்து செல்லும். எலிகள் கூட்டம் கூட்டமாக அங்கே வாழ்ந்தன. வெள்ளம் வரும்போது கம்பிகளில் ஏறி அமர்ந்து அது வடிந்த பின் சதுப்பை சுத்தம் செய்யவேண்டும்.

இருட்டுக்குள் சேற்றுக்குள் ஒரு வாழ்க்கை. இரவுபகல் இல்லை. ஆகவே உடலின் ஒழுங்குகள் குலைகின்றன. நினைவில் இருந்த

ஒளிமிக்க காட்சிகள் கூட கொஞ்சம் கொஞ்சமாக இல்லாமலாகி சூரியனைப்பற்றி நினைவு கூரவே முடியாமல் ஆகிறது. பெரும்பாலும் அனைவரும் சில நாட்களுக்குள் மனநோயாளிகளாக ஆகிவிடு வார்கள். மயிரிழையில் ஷாரியர் அந்த மனமுறிவில் இருந்து தப்பிப்பான்.

இன்னொரு நூல் அலெக்ஸ் ஹேலி எழுதிய ரூட்ஸ். அதில் பிடிக்கப் பட்டு கப்பலின் அடித்தளத்து இருட்டில் கைதிகளாக அடைக்கப்பட்ட கறுப்பின அடிமைகள், அமெரிக்காவுக்கு ஆறுமாத காலப் பயணத்தில் கொண்டு செல்லப்படுகிறார்கள். ஒரே ஒரு துளை வழியாக வரும் சிறிது வெளிச்சத்துக்காக அவர்கள் ஏங்கி முண்டி அடித்து முகம் திருப்புவார்கள். காற்றை விட உணவை விட ஒளி முக்கியமாக ஆகும் தருணம். தன் மலத்தை எடுத்துப் பலகையில் அப்பி அதில் குழியிட்டுத் தன் நாட்களை கணக்குவைப்பார் ஒருவர். ஒளியை விட காலம் முக்கியமாக ஆகிறது!

ஆனால் பெரும்பாலான பிலங்களுக்குள் பௌத்த சமண பிட்சுகளும் சைவ பைராகிகளும் விரும்பிச் சென்றிருக்கிறார்கள். அங்கே தவம் செய்திருக்கிறார்கள். அவர்கள் அங்கே எதைத் தேடிச்சென்றார்கள்? தனிமையை? ஒளியின்மையை? காலமின்மையை? அல்லது ஒட்டு மொத்தமாக இன்மையை. புறத்தே உள்ள அனைத்தும் இன்மையாக ஆகும்போது அவர்களுக்குள் உள்ள தன்னுணர்வு மட்டும் நிர்வாண மாக எஞ்சும்போல. அதை அப்படிப் பார்க்க அது ஓர் எளிய வழி போல! குப்தேஸ்வர்! ரகசிய தெய்வம்! மறைந்திருக்கும் தெய்வம்! இருளில் மறைந்திருக்கும் தன்னுணர்வுதான் அதுவா?

- 20 -

நேற்றிரவு ஜாய்ப்பூர் வந்து அறைதேடினோம். எல்லா அறைகளும் ஆட்களால் நிறைந்திருந்தன, ஏதோ சில திருமணங்கள். ஜாய்ப்பூருக்கு வந்து தேடியபோதும் அறைகள் கிடைக்கவில்லை. கடைசியில் ஜாய்ப்பூரின் பழைய அரண்மனைக்கு அருகே ஒரு ஓட்டலில் அறை கிடைத்தது. மதுமதி ஓட்டலும் ஒரு பழைய அரண்மனைக் களையுடன் இருந்தது. நேர்முன்னால் அரண்மனையின் பெரிய கோட்டைச் சுவர் இடிந்து கிடந்தது.

காலையில் கிளம்பி கொரபுட் வழியாக ஆந்திரம் நோக்கி வர ஆரம்பித்தோம். வழியில் ஒருவரிடம் வழி விசாரித்தோம். அவர் ஒரு தபால் அதிகாரி. அவர் செல்லவேண்டிய தபால் அலுவலகம் நாங்கள் செல்லும் வழியில்தான் இருந்தது. அவரை ஏற்றிக்கொண்டோம். பெயர் சாஹு. அவர் பொதுவாகப்பேசிக்கொண்டே வந்தார். நவீன் பட்நாயக்கின் ஆட்சியில் தொடர்ச்சியாக ஒரிசா முன்னேறிக் கொண்டே வருவதாகச் சொன்னார். கடந்த பதினைந்தாண்டுக் காலமாக வந்த வளர்ச்சியைத்தான் நாங்கள் பார்க்கிறோம் என்றார். சாலைகள், கிராமப்புற குடிநீர் திட்டங்கள் மின்சாரம் எல்லாமே சமீபத்தில் வந்தவை. ஐம்பதாண்டுக்கும் மேலாக காங்கிரஸின் ஆட்சி மாநிலத்தை நிராதரவாக விட்டிருந்தது என்றார்.

அதைப்பற்றி நிறைய சிந்தித்தேன். உண்மையில் இந்திய அரசியலில் பல மாநிலங்களில் மாநிலக்கட்சிகள்தான் வளர்ச்சியைக் கொண்டு வந்துள்ளன. காங்கிரஸ் ஆளும்போது எந்த முதலமைச்சருக்கும் மக்களிடம் பதில்சொல்ல வேண்டிய பொறுப்பு இல்லை. அவர் மேலிடத்தயவால் பதவிக்கு வருகிறார். அந்த சமையலறை அரசியலில் சிலகாலம் ஓட்டிவிட்டு விலகிச்செல்கிறார். மாநிலம் முழுக்கவே அதிகாரிகளின் ஆட்சிக்கு விடப்பட்டிருக்கும். அவர்கள்

எதையுமே செய்யக்கூடாதென்ற கொள்கை கொண்டவர்கள். ஐம்பதாண்டுக்காலம் காங்கிரஸ் ஆட்சியில் நிர்க்கதியாகக் கிடந்த ஆந்திரா என்.டி. ராமராவின் ஆட்சியில் எப்படித் துயில் கலைந்து முன்னேறி இன்று இந்தியாவின் செல்வ வளம் மிக்க மாநிலங்களில் ஒன்றாக மாறிக்கொண்டிருக்கிறது என்பதை நான் நேரிடையாகவே பார்த்திருக்கிறேன். இன்று பிகாரின் நிதீஷ் குமார் பற்றியும் அதைச் சொல்லலாம். மோடி கூட ஒரு வகை மாநில ஆட்சியாளர்தான்.

ஆனால் இது விதியும் அல்ல. மாநில அரசியல்வாதி சுரண்ட ஆரம்பித்தால் அவர் எந்த சக்திக்கும் அஞ்சாமல் செய்துகொண்டே இருக்கலாம். மாநிலத்தின் எல்லா அமைப்புகளையும் சீரழித்து குட்டிச்சுவராக்கலாம். சிறந்த உதாரணம் தமிழக ஆட்சியாளர்கள். பயணம் முழுக்க நாங்கள் பேசிக்கொண்டிருந்தது எந்தவிதமான பொறுப்பும் இல்லாமல் இரு பெரும் அரசியல் கட்சிகளாலும் கைவிடப்பட்ட மின்துறை காரணமாக தமிழகம் அடைந்து கொண்டிருக்கும் பெரும் பின்னடைவு பற்றித்தான். தமிழகத்தில் உள்ள முக்கியமான தொழில்கள் பல வேறு மாநிலங்களுக்கு இடம்பெயர ஆரம்பித்துவிட்டன. தமிழகம் இப்போது அடைந்துள்ள தொழில் துறை பின்னடைவை மீட்டெடுக்க இருபத்தைந்தாண்டுகள்கூட ஆகலாம். ஒருவேளை அடுத்த இருபத்தைந்தாண்டுகளில் நாம் பிகாருக்கு வேலைதேடிச் செல்ல நேரலாம்.

நாங்கள் மாவோயிஸப் பிரச்சினை பற்றிக்கேட்டோம். சாஹு மாவோயிஸ்டுகளைப்பற்றிய சாதகமான எண்ணம் கொண்டவராக இருந்தார். மாவோயிஸப்பிரச்சினை எங்கோ காடுகளுக்குள் நிகழ்கிறது, ஊருக்குள் மக்களுக்குப்பிரச்சினை இல்லை என்றார். ஆனால் அவர்கள் வந்த பின்னர்தான் இந்த நிலப்பகுதி ஆட்சியாளர் கண்களுக்குப்பட்டது இந்த மக்களுக்கு ஏதாவது செய்யவேண்டும் என்ற எண்ணம் ஆட்சியாளர்களுக்கு உருவானது என்றார்.

நாங்கள் நேராக ஆந்திர எல்லைக்குள் செல்லும் திட்டம் வைத்திருந்தோம். சாஹு நாங்கள் கண்டிப்பாகப் பார்த்தாகவேண்டிய இரு இடங்களைப்பற்றிச் சொன்னார். ஒன்று மச்குண்ட் (Machkund) என்ற ஊரில் உள்ள பழங்குடியினரின் வாரச்சந்தை. அன்று அச்சந்தை உண்டு என்றார். காலை ஏழுமணிக்கே கூடும் அந்தச் சந்தை மதியம் வரை நீடிக்கும். அங்கே ஒரிசாவின் எல்லாப் பழங்குடிகளும் வருவார்கள் என்றார். குறிப்பாக இன்னமும் பொறுக்கி உண்ணும் வாழ்க்கையில் உள்ள, உடையணியும் வழக்கம் இல்லாத போண்டா பழங்குடியினரைக் காணமுடியும் என்றார். இன்னொரு விஷயம் டுடுமா என்ற நீர்வீழ்ச்சி.

அவரை தபால்நிலையத்தில் விட்டுவிட்டுத் திரும்பிப் பயணமானோம். அறுபது கிலோமீட்டர் சாலைப்பயணம். இப்பகுதியில் பேருந்து

வசதிகள் மிகமிக குறைவு. டாட்டாவின் ஆட்டோ போன்ற பெரிய வண்டிகள் வாடகைக்கு ஓடுகின்றன. நம்மூரில் அதிகம்போனால் எட்டுபேர் ஏறக்கூடிய இந்த வண்டிகளில் இங்கே ஐம்பதுபேர் செல்கிறார்கள் என்றால் நம்பமுடியாதுதான். ஆனால் உண்மை. வண்டிக்குமேல் பதினைந்துபேர் அமர்ந்திருக்கிறார்கள். முன்பக்கம் பானெட்டில் நாலைந்துபேர். நான்குபக்கமும் இருபதுபேர் வரை தொங்கிக் கிடப்பார்கள். உண்மையிலேயே வண்டியை கண்ணால் பார்க்கமுடியாது.

பைக்கில் சென்ற இருவரை நாங்கள் வழியில் சந்தித்தோம். அவர்களிடம் விசாரித்தபோது 'மச்குண்ட் அங்காடியா?' என்றார்கள். ஒரிய மொழியில் அங்காடி என்றால் சந்தை. ஆம் என்றோம். அவர்களே இருபது கி.மீ. தூரம் முன்னால்சென்று வழிகாட்டினார்கள். செல்லும்வழியிலேயே ஏராளமானவர்கள் சென்றுகொண்டிருந்தனர். எல்லாரும் கைநிறைய கனத்த பொட்டலங்களும் பொதிகளும் பைகளும் வைத்திருந்தனர். சந்தைவிட்டு செல்கிறார்களா என்றார் கிருஷ்ணன். ஆனால் எங்களூரில்கூட கையில் பொருட்கள் இல்லாமல் எவரும் சந்தைக்குச் செல்வதில்லை. சந்தை என்பது விற்று வாங்க வேண்டிய இடம்.

அது மச்குண்ட் ஊரின் சாலைச் சந்திப்புதான். அங்கே இயல்பாகவே உருவான சந்தை அது. நூற்றுக்கணக்கான பழங்குடிப்பெண்களும் ஆண்களும் அமர்ந்து எதையெதையோ விற்றுக்கொண்டிருந்தார்கள். பெரும்பாலும் காய்கறிகள். வெங்காயத்தண்டுகள், தக்காளி, காரட், முள்ளங்கி, உருளைக்கிழங்கு. இப்பகுதியில் அதிகம் விற்கப்படும் ஒரு பொருள் சாம்பிராணி. மலையில் பூச்சிக்கடியில் இருந்து தப்ப அது

மச்குண்ட் சந்தை

போண்டா பழங்குடியினர்

இன்றியமையாததாக இருக்கலாம். விதவிதமான அலுமினிய நகைகள், ரிப்பன்கள் போன்ற அழகுப்பொருட்கள். முப்பது வருடம் முன்பு அருமனையிலோ மஞ்சாலுமூட்டிலோ இருந்தது போன்ற ஒரு சந்தை.

போண்டா பழங்குடிகளைப்பார்த்தோம். பெரிய அலுமினிய, இரும்பு வளையங்களைக் கழுத்தில் அணிந்த கரிய பெண்கள். ஆப்ரிக்கச்சாயல் கொண்ட குள்ளமான மெலிந்த மக்கள். கால்களிலும் கைகளிலும் அதேபோல இரும்பு அலுமினிய வளையங்கள். கழுத்தைத் திருப்பக் கூட முடியாது என்று தோன்றுமளவுக்கு கட்டைவிரல் கனமான பத்துப்பதினைந்து வளையங்கள். அத்துடன் நுணுக்கமாகக் கோர்க்கப் பட்ட பாசிமணிமாலைகளை பட்டையாக மார்புவரை அணிந்திருந் தார்கள். அதுதான் பெண்களின் மேலாடை. அதற்குக்கீழே வெற்று மார்புகள். இடுப்பில் இரண்டுசாண் அளவுக்குப் பட்டையாக அதே போல பாசிமணி மாலைகள். வேறு உடையே இல்லை. நிர்வாணமான பழங்குடிகள் இந்தியாவிலிருப்பதை இப்போதுதான் பார்க்கிறேன். ஒரு துணியை குளிருக்குப் போர்த்துவதுபோல சிலர் போர்த்திக் கொண்டிருந்தார்கள்.

மூக்கில் புல்லாக்கு போல பெரிய அலுமினிய நகைகளை அணிந்த பழங்குடிகள் வேறு இனக்குழு. மஞ்சளின பழங்குடிகள் இருந்தனர். ஆச்சரியம் என்னவென்றால் இந்தப் பழங்குடிகளில் 30 வயதுக்கு மேற்பட்டவர்கள்தான் இப்படி பாரம்பரிய உடைகளில் அல்லது உடையின்மையில் இருந்தனர். அவர்களின் பெண்கள் மிக நவீனமாக இருந்தனர். சுடிதார் போட்டு ஷாம்பூ போட்ட கூந்தலை விரித்து நகைகளும் வளையல்களும் அணிந்து சந்தையில் சிரித்துப்பேசிக் கொண்டு உலவினார்கள்.

சந்தையின் மறுஎல்லை மது மற்றும் சூதாட்டத்துக்குரியது. வரிசையாக பானைகளில் நீர்த்த கள்போன்ற எதையோ வைத்துக்கொண்டு அமர்ந்திருந்தனர். குழாய் கொண்ட குடுவை போல ஒரு அகப்பை. பாம்பாட்டியின் மகுடி போல சின்னதாக இருந்தது. அதை திரவத்தில் முக்கி எடுத்தால் அந்தக் குழாயின் மறுமுனை துளை வழியாக உறிஞ்சிக் குடிக்கலாம். அது கள் அல்ல. மஹுவா என்ற காட்டுப்பூவை நீரில் போட்டுக் கொதிக்கச்செய்து காய்ச்சி உருவாக்கப்படும் ஒருவகை மது. மஹுவா நம்மூர் ஊமத்தைபோன்ற ஒரு செடி. இதை மது என்று சொல்லமுடியாது, மூலிகைவடிநீர் எனலாம். இதில் சாராய அம்சம் மிக குறைவு. ஆனால் குடித்தால் மண்டையை அறைந்துவிடும்.

மதுவை எவர் வேண்டுமானாலும் சாம்பிள் கேட்டுச் சாப்பிடலாம். சாப்பிட்டவர்கள் காறிக்காறித் துப்பிக்கொண்டிருந்தார்கள். விற்பவர் களே அவ்வப்போது அள்ளி அள்ளிக் குடித்துக்கொண்டிருந்தார்கள்.

ஆண்களும் பெண்களும் குழந்தைகளும் கூட குடித்தார்கள். பழங்குடிகள் வாழ்க்கையின் மகிழ்ச்சி இந்த மதுவில்தான். சாபமும் இதுதான். இதிலிருந்து இவர்களை மீட்பதே கடினம். நரம்பு முறுக்கத்தையும் மூளைச்சிக்கல்களையும் உருவாக்குவது இந்த மது. பிற பகுதிகளில் இது தடை செய்யப்பட்டுள்ளது.

ஓர் ஆதிவாசி இளைஞன் குடித்துவிட்டு ஒரு தூணை இறுகப்பற்றியபடி அமர்ந்திருக்க அவன் அம்மாவும் இரு பெண்களும் அவனைப் பிய்த்துப் பிடுங்கி எடுக்க முயல்வதைக் கண்டோம். அவர்கள் இழுக்க இழுக்க அவன் மேலும் இறுக்கமாக தூணைப்பிடித்துக்கொண்டான். உச்சகட்ட அச்சத்தில் இருந்தான். மூக்கிலும் வாயிலும் கோழை. சட்டென்று அவன் மல்லாந்து விழுந்தான். வலிப்பு வந்துவிட்டது. காக்காய் வலிப்புபோல வாயும் கையும் இழுத்துக்கொண்டு அதிர்ந்தன. கோழை ஒழுகியது. அம்மாக்காரி மார்பில் அறைந்துகொண்டு முகத்தைப் பிய்த்துவீசுவது போல சைகை செய்தபடி கதறிக்கதறி அழுதாள். கொஞ்சநேரத்தில் வலிப்பு நின்றுவிட்டது. போதையில் கிடந்தான்.

அந்த இளைஞன் உயர்தர சட்டையும் பாண்டும் அணிந்திருந்தான். செல்பேசி வைத்திருந்தான். அப்படியென்றால் காசு இருக்கிறது என்று பொருள். அதை மஹுவாமது குடித்தே அழிப்பான். அதைத்தவிர எதையுமே அவனால் செய்யமுடியாது. இந்த ஆதிவாசி வாழ்க்கையை அவர்களின் தனித்துவம் கொண்ட வாழ்க்கை என்று சொல்லி அதை ஒரு வேடிக்கைப்பொருளாகப் பேணுவது அறம்தானா என்ற எண்ணம் ஏற்பட்டது எனக்கு. அவர்கள் அழிந்துகொண்டிருக்கிறார்கள் என்பதே உண்மை. அந்த வாழ்க்கையில் நாம் ஏற்றிச் சொல்லும் எந்த மகத்துவமும் உண்மை அல்ல.

ஒட்டு மொத்தமாக இந்தப் பழங்குடிகளிடம் இருக்கும் ஆப்ரிக்கத் தன்மை ஆச்சரியமூட்டுவது. கரிய நிறம், கல்மணிமாலைகள் மட்டு மல்ல. லப்பா என்ற பெயரில் ஆப்ரிக்கப்பழங்குடிகள் நெற்றியில் கட்டும் துணிபோலவே ஒன்றை இவர்களும் கட்டியிருக்கிறார்கள். நமீபியாவின் பழங்குடிகளின் சந்தையில் அதிகம் விற்கப்பட்ட பொருள் உலர்ந்த இறைச்சியும் கருவாடும்தான். இங்கும் அதுவே. இவர்களின் புரோட்டின் உணவு அதுதான். அதை இவர்கள் கொஞ்சம் கூட வீணாக்குவதில்லை. உலர்ந்த இறைச்சியையும் மீனையும் சுடாமலேயே சாப்பிடக்கூடியவர்கள். நாடுகளின் எல்லைகளைத் தாண்டி உலகமெங்கும் பரவியிருக்கும் ஓர் ஆப்ரிக்க இன ஒருமைப்பாடு உண்டா என்று நினைக்கத்தோன்றியது. இந்த இன வலைப்பின்னல் நம்முடைய பண்பாட்டுக்கு அடியில் நிலத்தடிநீர் போல பரவியிருக்கிறது. அதில் முளைத்தவர்களே நாமும்.

இந்தமக்களில் மிக இளமையானவர்கள் தவிர ஆரோக்கியமானவர்கள் எவருமே இல்லை. தொல்நோய்கள் பலவிதமான முழைகள் முண்டுகள். செல்லரித்துக் கறுத்த பற்கள். கழுத்தில் அயோடின் பற்றாக்குறை விளைவான கழலைகள். வளைந்த எலும்புகள். மிதமிஞ்சிய மஹுவா பானத்தால் மழுங்கிப்போன நரம்புகளின் விளைவான நடுக்கம். அர்த்தமற்ற வெறிப்பு கொண்ட கண்கள். இந்த மக்கள் ஒருகாலத்தில் முழுநிறைவு கொண்ட வாழ்க்கை வாழ்ந்திருக் கலாம், கண்டிப்பாக இப்போது இல்லை. இவர்கள் அழிந்து கொண்டிருக்கிறார்கள்.

இப்பகுதியில் கிறித்தவ மிஷனரிகள் இம்மக்கள் நடுவே பெரும் பணியாற்றி வருகிறார்கள். எங்கும் அவர்களுடைய பணியாளர்களை காணமுடிந்தது. இம்மக்களை அவர்கள் மதம் மாற்றிக்கொண்டிருக் கிறார்கள். கூடவே இந்த இழிவிலிருந்தும் அவர்களை மீட்டு மேலான வாழ்க்கையை அவர்களுக்கு அளிக்கவும் கூடும். மதமாற்றம் பற்றி அவர்களைக் குறைகூறுபவர்கள் அந்த மிஷனரிகள் அம்மக்களுக்குச் செய்வதைத் தாங்களும் செய்வது மட்டுமே உகந்த வழி என தோன்றியது.

- 21 -

மச்குண்டில் இருந்து திரும்பும் வழியில் டுடுமா அருவிகளைப் (Duduma Falls) பார்த்தோம். சாலையில் நின்றபோது இரண்டு அருவிகள் மலையுச்சியில் இருந்து வானம் விழுவது போல இறங்கி ஆழத்திற்குள் செல்வது தெரிந்தது. நான் இந்தியாவில் பார்த்த அருவிகளில் அவைதான் மிக உயரமானவை. ஆனால் பள்ளத் தாக்கிலிருந்து பிரம்மாண்டமான ஓசை கேட்டுக்கொண்டிருந்தது. கீழே விழும் அருவிகள் அங்கே பாறைகளில் நுரைத்தோடுகின்றன போலும் என நினைத்தோம்.

காரை நிறுத்திவிட்டு படிகளில் இறங்கிச்செல்ல ஆரம்பித்தோம். ஏறத்தாழ ஆயிரத்தைந்நூறு அடி ஆழத்திற்கு இறங்கிச்செல்லும் அந்தப் பள்ளத்தாக்குக்குள் செல்ல படிகள் கட்டப்பட்டிருக்கின்றன. உயரமான படிகள். குதித்துக் குதித்துத்தான் செல்லவேண்டும். செல்லச்செல்ல அச்சம் ஏற்பட்டது. அந்தப் படிகளை முழுக்க திரும்ப ஏறி வரவேண்டுமே என்ற எண்ணம்தான். படிகளுக்குப்பின் நேரடியாக காட்டுக்குள் செல்லும் ஒற்றையடிப்பாதை இறங்கிச்சென்றது. இருபக்கமும் காடு அடர்ந்து செறிந்திருந்தது. சுற்றுலாப்பயணி களுக்கான எந்த ஏற்பாடும் இல்லை. அங்கே அப்படி எவரும் வருவதுமில்லை என்று நினைத்தேன்.

கீழே சென்று பாறைகள் வழியாக இறங்கி நின்றபோதுதான் நான் என் வாழ்க்கையில் கண்ட மகத்தான இயற்கைக்காட்சி ஒன்றின் முன் நின்றுகொண்டிருப்பதை உணர்ந்தேன். அங்கே நாங்கள் காணாத பேரருவி ஒன்று வான் தொட்டு நின்ற மலையுச்சியில் இருந்து வெண்ணிறமான பெருங்கொப்பளிப்பாகப் பெருகிக் கொட்டிக் கொண்டிருந்தது. இந்தியாவின் மிக உயரமான அருவி அதுதான். பெரும்பாலான அருவிகளைப்போல படிப்படியாகப் பாறைகளில் விழுந்து கீழே சரியவில்லை. பிரம்மாண்டமாகச் சரிந்து ஒரு பாறை

டுடுமா அருவி

மடிப்பில் விழுந்து அப்படியே கொந்தளித்து எழுந்து அதைவிட இருமடங்கு ஆழமுள்ள அடிவாரத்தில் கொட்டியது.

அருவிகள் கீழே விழும்போது நீர்த்தோகைகளாக விழுவதே வழக்கம். அவற்றிலேயே நாம் குளிக்க முடியும். செங்குத்தாக நேரடியாக விழும் அருவிகள் நீர்க் குச்சிகளாக விழும். அவற்றை நெருங்க முடியாது. ஆனால் விழுந்த உயரத்திலும் வேகத்திலும் அப்படியே நீர்ப்புகை போல ஆகி, பாறையைச்சூழ்ந்த அருவியை அப்போதுதான் பார்க்கிறேன். விழுந்த வேகத்தில் அப்படியே சீறி எழுந்து மறுபக்கப் பாறையில் முட்டி வளைந்து மேலேறி சுருண்டு மீண்டும் கீழிறங்கியது அருவி. அடிவாரத்தில் அருவியாலான ஒரு பெரும் 'த' வடிவம் உருவாகியது. பிரமிப்பூட்டும் பயங்கரம்.

நல்லமழைக்காலத்தில் குற்றாலம் பேரருவியில் எவ்வளவு நீர் இருக்குமோ அவ்வளவு நீர். பேரருவியை விட இருமடங்கு உயரத்தில் இருந்து செங்குத்தாக விழுந்தால் எப்படி இருக்கும் என்று கற்பனை செய்துபார்த்தால் டுடுமா அருவியை மனக்கண்ணில் காணமுடியும். மழைக்காலத்தில் இந்த அருவியைப் பார்க்கவே முடியாது. அந்தப்பகுதி முழுக்க நீர் பொங்கிக்கொப்பளிக்கும். பாதுகாப்பாக அருகே செல்ல வழி கிடையாது. கோடைகாலமானதனால் பாறைகள் வழுக்கவில்லை.

டுடுமா அருவி

நேற்று குப்தேஸ்வர் குகைகளில் அடைந்த சிறிய தயக்கத்தை வெல்ல வேண்டும் என்ற எண்ணம் எங்கோ இருந்திருக்கவேண்டும். பாறைகளில் தொற்றித்தொற்றி ஏறினேன். அருவியை அருகே சென்று பார்த்தேன். கிருஷ்ணன் மட்டும்தான் மேலே வந்தார். மற்றவர்கள் நின்றுவிட்டார்கள்.

அந்தப்பாறைகளில் நிற்கையில் அருவிகள் விழுதுகளாக இறங்கிய ஒரு பளிங்கு ஆலமரத்தின் அடியில் நிற்பதுபோல உணர்ந்தேன். முன்பக்கம் பேரருவி. பின்பக்கம் அதே உயரம் கொண்ட ஆனால் பாதியளவே நீர் கொண்ட இரு பெரும் அருவிகள். மனோவசியம் செய்யும் காட்சி கனவில் நிறுத்திவைக்கும் காட்சி.

அருவி ஏன் அந்தப் பெரும் மன எழுச்சியை அளிக்கிறது? நீரில் தெரியும் அந்த மூர்க்கமான பேராற்றல் அச்சமூட்டுவது. அகம் நடுங்கச் செய்வது. அதேசமயம் கண்களை எடுக்கவும் முடிவதில்லை. உள்ளூர ஒரு சின்னக்குழந்தை கை நீட்டி குதித்துக் குதூகலித்தபடியே இருக்கிறது. அது ஆதிப்பேராற்றல். விண்ணையும் மண்ணையும் சமைத்த விசையின் ஒரு துளி. அந்த ஆற்றலே நம்முள்ளும் உறைவதனால்தான் அந்தக் குதூகலமா? ஆற்றல் ஆற்றலை அடையாளம் கண்டுகொள்கிறதா என்ன?

அருவியைக் கண்டுகண்டு தீரவில்லை. கைக்குழந்தையை, யானையை, சூரிய உதயத்தை, தீப ஒளியில் நிற்கும் கருவறைமூர்த்தியைக் கண்டு சலிப்பதில்லை மனம். எவ்வளவு கண்டபின்னும் ஒரு கணம் கூட அதில் கவனம் தரிக்கவில்லை என்றே தோன்றும். அக்கணம் பார்க்க ஆரம்பித்ததாகவே பிரமை எழும். அள்ளிக் குடிக்கக் குடிக்க விழித்தாகம் அதிகரிக்கும். மேலிருந்து கொந்தளித்துக்கொட்டிக் கொண்டே இருந்தது அருவி. அக்கணம் கொட்ட ஆரம்பித்தது போல. அப்பால் ஏதோ பனிமலை பெயர்ந்து சொரிவதுபோல. அதிபிரம் மாண்டமானதோர் புன்னகை போல.

படிகளில் ஏற ஆரம்பித்தோம். நின்று மூச்சிரைத்து இளைப்பாறி மீண்டும் ஏறினோம். படிகளில் ஏறுவது எப்போதுமே சவாலானதுதான். ஆனால் நின்று நின்று ஏறினால் எந்தப் படிகளையும் ஏறிவிட முடியும்.

வழியில் பழங்குடிகள் காட்டுக்குத் தீ வைத்துக்கொண்டிருந்தார்கள். செடிகளை வெட்டிக்காயப்போட்டு தீவைத்தபின் அங்கே நடவு செய்வது அவர்களின் வழக்கம். எது கிடைக்கிறதோ அதை வைத்துக் கொள்வார்கள். நடுவதைத்தவிர வேறு உழைப்பு ஏதுமில்லை. செந்நிறமான நாக்குகளாக தீ எழுந்து பறந்தது. கரித்திவலைகள் வானிலிருந்து கொட்டின. படிகள் வழியாக அந்த நெருப்பைப் பார்த்துக்கொண்டே ஏறி வந்தேன். படியருகே வரை வந்து நின்றெரிந்தன கொழுந்துகள்.

மாலையே ஆந்திரா நோக்கி வர ஆரம்பித்தோம். ஒரிசாவிலிருந்து ஆந்திரா வரும் வழியில் உள்ளது அரக்கு மலைச்சமவெளி. இதை ஒரு பெரிய சுற்றுலா மையமாக வளர்த்து வருகிறது ஆந்திர அரசு. ஏராளமான விடுதிகள். ஆந்திர அரசின் சுற்றுலா விடுதியான ஹரிதா (பசுமை). ஆனால் எல்லாமே விலை அதிகம். அரக்குவேலியைச்சுற்றி உள்ள மலைகளில் பலவகையான மலைக்களியாட்டங்கள் உள்ளன. பறத்தல் மலையேறுதல் மலைச்சரிவில் பலூனில் உருளுதல் பழங்குடிகளை வேடிக்கை பார்த்தல்.

நாங்கள் அரக்கு சமவெளி இறங்கி கீழே வந்தோம். அனந்தபூர் என்ற ஊரில் ஹரிதா விடுதியில் இடம் கேட்டால் மூவாயிரம் ரூபாய் கேட்டார்கள். எங்கள் பட்ஜெட்டுக்கு அதிகம். அவர்களிடமே ஆலோசனை கேட்டு இன்னொரு இடத்தில் இருந்த ஹரிதா விடுதிக்கு சென்றோம். அங்கு அறைகள் இல்லை. ஆகவே திரும்பி மீண்டும் அனந்தபூர் விடுதிக்கே வந்தோம். வரும் வழியில் ஒரு டீக்கடையில் டீ குடித்தோம். தமிழர்கள் கடை வைத்திருந்தனர். திருவண்ணாமலை செங்கம் அருகே இருந்து வந்தவர்கள்.

அனந்தபூர் விடுதியிலும் சரி இப்பிராந்தியத்திலும் சரி எங்குமே செல்பேசி வசதிகள் இல்லை. இணையம் இல்லை. ஆகவே இன்றைய பதிவை இணையத்தில் ஏற்ற முடியவில்லை. நாளை வெளியே எங்காவது செல்பேசி சமிக்ஞை கிடைத்தால் ஏற்றவேண்டியதுதான்.

நல்ல குளிர். இங்கே பழங்குடி நடனம் ஒன்று ஏற்பாடு செய்திருந்தனர். அந்த மத்தள ஒலி கேட்டுக்கொண்டிருந்தது. நிறைய வெள்ளையர்கள் கேமராக்களுடன் சிரித்துப் பேசிக்கொண்டு சென்று கொண்டிருந்தார்கள். ஆனால் என்னால் அதைப் பார்க்கச்செல்லத் தோன்றவில்லை. 'பிரபுக்கள்' முன்னால் அப்பழங்குடிகள் பரிதாபமான கோலத்தில் வந்து நின்று ஆடும் காட்சியை என்னால் எப்போதுமே தாங்கமுடிவதில்லை. சுற்றுலாவுக்காக அவர்களைப் பேணும் கலாசாரம் மிகக் குரூரமானது என்பதே என் எண்ணம்.

அமெரிக்காவிலும் ஆஸ்திரேலியாவிலுமெல்லாம் இதைத்தான் செய்துகொண்டிருக்கிறார்கள் என்பதைக் கண்டிருக்கிறேன். அந்தப் பழக்கத்தை இங்கும் நம்மவருக்குச் சொல்லிக்கொடுத்திருக்கிறார்கள். சுற்றுலா வளர வளர பழங்குடிகள் வெள்ளையருக்கு கேளிக்கைக்கான பொம்மைகளாக ஆகிறார்கள். சமீபத்தில் அந்தமானில் ஜாரவா பழங்குடியினரை சில்லறை கொடுத்து நிர்வாண நடனமிட வைத்துப் படமெடுத்து இணையத்தில் ஏற்றிய வெள்ளையரது செயல் பலத்த கண்டனத்தைப் பெற்றது. உச்சநீதிமன்றம் தலையிட்டு ஜாரவா பகுதிகளில் அன்னிய நடமாட்டத்தைத் தடைசெய்தது.

ஆனால் அந்த மனநிலை எப்போதும் வெள்ளையரிடம் இருக்கிறது. அவர்கள் பிறரை வேடிக்கை பார்க்கிறார்கள். அவர்கள் 'பரிவுடன்' குனிந்து கீழே பார்க்கிறார்கள். அது அவர்களுக்கு தங்களை 'நாகரிக கனவானாக' உணர வழிசெய்கிறது. பழங்குடிகளை மட்டுமல்ல நம்மையும்தான். அவர்களுக்கு பெரிய வேறுபாடு கண்ணுக்குப் படுவதுமில்லை. பல ஊர்களில் வெள்ளையர் இந்தியக் கிராமங்களில் புகைப்படங்கள் எடுக்கையில் அவர்கள் ஒருவருக்கொருவர் பேசிக் கொள்ளும்போது கண்களிலும் உதடுகளிலும் மெல்லிய குரலிலும் வெளிப்படும் நக்கலையும் நமுட்டுச்சிரிப்பையும் கவனித்திருக் கிறேன். சமீபத்தில் ரயிலில் சந்தித்த மெல்மூர் என்ற பிரெஞ்சு கனடியனிடம் அதைச் சொன்னேன். 'ஆமாம் உண்மைதான். இங்கே நிரந்தரமாக வருவதற்கு முன் நானும் அந்த மனநிலையில்தான் இருந்தேன்' என்றவர் பின் உரக்கச்சிரித்து 'நான் இப்போது வெள்ளையர்களை வேடிக்கை பார்க்க ஆரம்பித்துவிட்டேன்' என்றார்.

இரவு நல்ல தூக்கம். தூக்கத்தில் ஒரு கனவு. பிரம்மாண்டமான நெருப்புத்தழல்களாக டுடுமா பேரருவிகள் கொட்டிக்கொண்டிருக்

கின்றன. நாங்கள் கீழே நின்று கொண்டிருக்கிறோம். வெப்பம் இல்லை. குளிர்தான். உற்சாகமாக சிரித்துப் பேசிக்கொண்டு அதைப் பார்த்துக்கொண்டிருக்கிறோம். எங்கள் முன் துடித்து அசைந்து கொண்டிருந்தது வேதம் சொல்லும் சுவர்ண ஜிஹ்வா. பிரம்மத்தின் தங்கநாக்கு!

- 22 -

இந்தப் பயணம் குகைகளைப் பார்ப்பதற்காக திட்டமிடப்பட்டது. இந்தியாவிலேயே மிகப்பெரிய குகை பொர்ரா குகைகள். அதைக் கடைசியில் பார்ப்பதாக கிருஷ்ணன் திட்டமிட்டிருந்தார். ஆகவே அனந்தபூரில் இருந்து காலையில் கிளம்பி பொர்ரா குகைகளுக்கு (Borra Caves, Araku Valley, Visakhapatnam) சென்றோம். காலை ஒன்பதுக்கே சென்றுவிட்டோம். குகையை பத்து மணிக்குத்தான் திறந்தார்கள்.

பொர்ரா என்றால் ஒரிய மொழியில் துளை என்று பொருள். இந்த குகை அரக்கு மலைச் சமவெளியின் விளிம்பில் உள்ளது. மலை மிக ஆழமாக இறங்கிச் சென்று ஆழத்தில் ஓடும் கோஸ்தனி என்ற ஆற்றை அடைகிறது. அரக்கு சமவெளி அதிகமாக மழைபெய்யக்கூடியது. மலையில் ஊறிய மழைநீர் பாறைப் பிளவில் ஊறி அடியில் உள்ள சுண்ணாம்புப் பாறைகளைக் கரைத்து, கீழே ஓடும் கோஸ்தனியை அடைய முயன்ற வழிதான் பொர்ரா குகை.

இந்தப் பிலம்தான் இந்தியாவிலேயே ஆழமானது. இந்தியாவிலேயே உயரமானது. சிறிய படிகளின் வழியாக இறங்கிச் சென்றால் குகையின் பிரம்மாண்டமான முகப்பு தெரிகிறது, மிகப்பெரிய தோரணவாயில் போல. இருநூறு அடி உயரமான வாயில். அதனுள் நுழைகையில் நாம் ஒரு சிறு பூச்சியைப்போல உணர்வோம். உள்ளே செல்ல படிகள் அமைக்கப்பட்டுள்ளன. உள்ளே சென்றதும் நாம் காணும் வட்டவடிவ மான குகைக்கூடம் 328 அடி உயரமானது. உட்குடைவான கோபுரம் போல அதை உணர்வோம். அண்ணாந்து பார்த்தால் எட்டாத உயரத்தில் வெண்ணிறமான தேனீக்கூடுகள் போல சுண்ணாம்புக்கல் விழுதுகள் உறைந்து தொங்கி நிற்பதைக் காணமுடியும்.

பொர்ரா குகை

பொர்ரா குகைகளின் பிரம்மாண்டம்தான் அதன் பெரும் கவர்ச்சி. பெலும் குகைகள் மடிப்பு மடிப்பாக ஆழத்திற்கு இறங்கிச் செல்பவை. குகைக்குள் மூச்சு திணறிச்செல்லும் உணர்வை அளிப்பவை. பொர்ரா குகைகள் அவற்றின் பேரளவு காரணமாக குகைக்குள் நிற்கும் உணர்வை அளிப்பதில்லை. நல்ல காற்றோட்டமான இடத்தில் நிற்கும் உணர்வுதான். குகை முழுக்க விளக்குகள் அமைக்கப்பட்டுள்ளன. அவற்றின் மஞ்சள் ஒளி குகைகளுக்குள் விழுந்து, சரிந்து, புரண்டு, இரையெடுத்து தூங்கும் ராட்சதக்குழந்தைகள் போல கிடக்கும் பெரும் பாறைகளில் பட்டு விதவிதமான நிழல்களை உருவாக்குகின்றன.

புராணங்களில் அதலம் விதலம் என ஆரம்பிக்கும் ஏழு பாதாள உலகங்கள் சொல்லப்படுகின்றன. அவற்றில் பாதாளத்தில் நாகங்கள் வசிக்கின்றன. அது மண்ணுக்கடியில் உள்ள உலகம். மண்ணுக்குமேல் உள்ள உலகின் ஆடிப்பிம்பம் போன்றது. அங்கே மாபெரும் நாகங்கள் தலைகீழாக தொங்கிக்கொண்டிருக்கும். அங்கே கூரை என்பது மண், அடிப் பக்கம் முடிவில்லாத இருண்டவானம். அதன் தலைவன் வாசுகி என்ற மாபெரும் நாகம். பொர்ரா குகைகளை ஒரு பாதாள உலகம் என்று சொல்லலாம். வானமாக மண். மண்ணாக இருள். அசைவிலாது தொங்கும் பூதவடிவங்கள். நாகங்கள் ஆமைகள் எருமைகள் யானைகள். வெண்ணிறமான ராட்சத வெளவால்கள்...

சொல்லிழந்து சென்றபடியே இருப்பதுதான் பொர்ரா குகைகள் அளிக்கும் அனுபவம் எனலாம். எல்லாமே பிரம்மாண்டம். கூரையின்

பொர்ரா குகை - வெண்ணிறமான சுண்ணாம்புக்கல் விழுதுகள்

உச்சி வளைவை கைவிளக்கின் ஒளி சென்று சேர்வதில்லை. தூரத்தில் விழுந்து கிடப்பதுபோலத் தெரியும் பாறை, அருகே சென்றதும் நம் தலைக்குமேல் செல்லும் குட்டி மலையாக மாறிவிட்டிருக்கும். சட்டென்று இன்னொரு பிரமை. மாட்ரிக்ஸ் படத்தில் தப்பிப் பிழைத்த மனிதகுலம் பூமியை துளையிட்டு உள்ளே சென்று குகைநகரங்களை உருவாக்கி அங்கே வாழும். பொர்ரா ஒரு குகை நகரம். உள்ளேயே குட்டி மலைகளும், ஓடைகளும், பாதைகளும், சாலைகளும் கொண்டது.

பொர்ரா குகைக்குள் ஓரிடத்தில் மஞ்சளாக நீர் ஓடுகிறது. அது கந்தக நீர். சீதாவின் மஞ்சள் கரைந்து ஓடுவது அது என்று உள்ளூர் நம்பிக்கை. எங்களை வழிகாட்டி இட்டுச்சென்றவர் அந்த சுண்ணாம்புக்கல் விழுதுகளில் சிவபார்வதியை, கணபதியை, நந்தியை எல்லாம் சுட்டிக் காட்டிக்கொண்டே சென்றார். எல்லா வடிவங்களுக்கும் அங்கே இடமிருக்கிறது. வடிவம் என்பது புற இயற்கையை நம் சித்தம் சந்திக்கும் ஒரு தருணம் மட்டும்தானே!

பொர்ரா குகைகள் இரண்டு லட்சம் வருடங்களுக்கு முன்னரே உருவானவை. புராதன கற்காலத்திலேயே அடையாளம் காணப் பட்டிருக்கின்றன. ஆந்திரப் பல்கலைக்கழக ஆய்வாளர்கள் அங்கே புராதன கல்லாயுதங்களையும் எலும்புகளையும் அகழ்ந்து எடுத்திருக் கிறார்கள். பின்னர் ஒரிய பழங்குடிகள் வழிபட்டு வந்த இடமாக அது இருந்திருக்கிறது. மேலே இருந்த காட்டில் மேய்ந்த ஒரு பசு மண்

பிளந்து அறுபதடி ஆழத்தில் விழுந்ததாகவும் அங்கிருந்து அது நடந்து மறுபக்கம் காட்டின் குகை வழியாக வெளியே வந்ததாகவும் சொல்லப் படுகிறது. பழங்குடிகள் உள்ளே வந்தபோது அங்கே நின்ற பெரிய சுண்ணாம்புக்கல் குவையை சிவலிங்கமாக அடையாளம் கண்டார்கள், நெடுங்காலம் அவர்களால் வழிபடப்படும் இடமாக இது இருந்திருக்கிறது.

1807ல் வில்லியம் கிங் ஜார்ஜ் இந்த பெரும்குகையை அடையாளம் கண்டு ஆய்வுகள் செய்தார். 1997ல்தான் இந்த குகை சுற்றுலா மையமாக அறிவிக்கப்பட்டு பயணிகள் உள்ளே அனுமதிக்கப்பட்டார்கள். இந்த குகைக்குள் உள்ள நுண்ணுயிர்கள் பற்றி விரிவான ஆய்வுகள் செய்யப் படுகின்றன. பல உயிர்கள் முழுக்க முழுக்க சூரிய ஒளியையே அறியாமல் வாழ்பவை. உள்ளே வௌவால்களும் அச்சிற்றுயிர்களும் எழுப்பும் ரீங்காரமும், சிறகடிப்பும் கேட்டுக்கொண்டே இருக்கின்றன.

பொர்ரா குகைகளில் ஒரு சிறிய கோயில் உள்ளது. குகைக்கு மேலே இருந்து சொட்டும் நீர் கீழே விழுந்து அதிலுள்ள சுண்ணாம்பு உறைந்து உருவாவது Stalagmite. அந்த நீர் மேலே சொட்டி நிற்கும்போது உருவாகும் சுண்ணாம்பு படிவம் Stalactite. கீழே உள்ளது கூம்புவடிவ மாக இருக்கும். மேலே உள்ளது தொங்கும் ஊசி போன்றிருக்கும். காலப்போக்கில் இவை ஒன்றாக இணைந்து விழுதுகளாக ஆகும். அவ்வாறு விதவிதமான மாபெரும் விழுதுகள் இக்குகைக்குள் உள்ளன. அவற்றில் மிகப்பெரிய விழுது ஒரு பாறையாக உள்ளது. அதை நோக்கி ஏறிச்செல்ல படிகள் உள்ளன. அந்த விழுதுக்குள் ஒரு குகை. வசதியாக பத்துபேர் நிற்க இடமுள்ள குகை. அதில் ஒரு சிவலிங்கம் உள்ளது. அதுவும் ஒரு சுண்ணாம்புக்குவைதான். ஓரிய பழங்குடி ஒருவர் அங்கே பூசை செய்கிறார். அக்கோயில் அவர்களுக்கு உரிமைப்பட்டது.

பொர்ரா குகைகளுக்குள் இருந்து வெளியே வருவது ஒரு பாதாள மீட்சிதான். ஆனால் மண்ணில் எல்லா நிழல்களிலும் பாதாளம் உள்ளது. நெடுங்காலம் முன்பு பஞ்சத்தில் வாடிய ஒரு நாடார் சாதிப்பெண் தன் பிள்ளைகளைத் தூக்கி கிணற்றில் போட்டாள் என்று ஒரு கதை உண்டு. அந்தக் கிணறு ஒரு பாதாள வாய். குழந்தைகள் நேராக பாதாளத்திற்குச் சென்று விழுந்தன. கடைசியாக அவள் குதிக்க விருக்கையில், பிள்ளைகளுடன் பாதாள நாகராசன் வெளியே வந்தான். என்ன என்று கேட்டான். பஞ்சத்தின் துயரத்தை அந்தப்பெண் எடுத்துச் சொன்னாள். அவன் இரண்டு பாதாள மூர்த்திகளை மண்ணுக்கு மேலே அனுப்பினான். அவர்கள் மண்ணில் பெருகினார்கள். அவர்களால் நாடார் சாதி பஞ்சத்தில் இருந்து கரையேறியது. எருமையும் பனையும்.

போஜ்ஜனகொண்டா மலை

திரும்பிப் பார்த்தபோது இருட்டை ஒரு அருளாக, அணைப்பாக உணர முடிந்தது.

விசாகப்பட்டினம் அருகே அங்கப்பள்ளி தாண்டி உள்ள பௌத்த தலமான போஜ்ஜனகொண்டா லிங்கலங்கொண்டா (Bojjannakonda and Lingalakonda) மலைகளுக்குச் சென்றோம். இரண்டாயிரம் வருட பழைமை கொண்ட பௌத்த தலம் இது. உண்மையில் இது ஒரு மலை. ஒரு பூகம்பத்தால் இரண்டாக ஆகியிருக்கிறது. உள்ளூர்க்காரர்கள் ஒரு மலையை போஜ்ஜனகொண்டா - சாப்பாட்டு மலை - என அழைக்கிறார்கள். மலைமேல் அக்காலத்தில் உணவு போடப்பட்டதனால் என்றும் மலைமேலிருக்கும் புத்தர்சிலை சாப்பாட்டுக்கு அமரும் கோலத்தில் இருப்பதனால் என்றும் சொல்கிறார்கள். இன்னொரு மலை லிங்கலங்கொண்டா. சிவலிங்க மலை.

போஜ்ஜனகொண்டாவில் செங்குத்தான படிக்கு மேலே மகாசைத்யம் உள்ளது. அலங்கார வளைவுள்ள முகப்பு கொண்ட குடைவரை. உள்ளே பதினாறு தூண்கள் நடுவே தூபம் உள்ளது. குடைவரையின் வாசலில் துவாரபாலகர்கள். மேலே தியானத்தில் அமர்ந்த இரு பெரிய புத்தர் சிலைகள். அழகான சிலைகள். வெகு தூரத்திலேயே ததாகதரின் மென் புன்னகையை காணமுடியும். ஒரு புத்தர் சிலை கைகளை மடிமீது லய பாவனையில் வைக்காமல் பெருக்கல் போல வைத்திருந்தார்.

அப்படி புத்தர் கையை வைத்திருப்பதை முதல் முறையாகப் பார்க்கிறேன்.

குடைவரைக்கு மேலே மகாதூபம் உள்ளது. இயற்கையாக பாறையில் வெட்டப்பட்ட தூபி அதற்குமேல் செங்கற்களை கட்டி அடுக்கி பிரம்மாண்டமாக எழுப்பப்பட்டிருந்திருக்கிறது. இப்போது கீழே மட்டும் செங்கல் கட்டுமானம் எஞ்சியிருக்கிறது. பாறைமீது கட்டப் பட்ட செங்கல் கட்டுமானத்துடன் முப்பதடி உயரமான பெரும் தூபியாக அது இருந்திருக்கக் கூடும். தூபிக்கு நேர் முன்னால் பெரும் கட்டடம் ஒன்றின் அடித்தளம் உள்ளது. மகாவிகாரம் அது. நான்குபக்கமும் ஏராளமான சிறிய அறைகள், வெட்டப்பட்ட பாறை ஒன்றுக்குமேல் செங்கல்லால் அந்த விகாரம் கட்டப்பட்டிருந் திருக்கிறது. செங்கல்லால் ஆன சிறிய கோயில்களுக்கு நடுவே பெரிய கூடம். அதன் நடுவே ஒரு பெரிய பீடம். தலைமை பிட்சு அமர்ந்திருக்கும் இடம் அது. தூபியை நோக்கி அமர்ந்திருக்கும்படி அது அமைந்திருக்கிறது.

போஜனகொண்டாவில் ஆறு குடைவரை கோயில்கள் உள்ளன. பாறைகளை ஏறிக்கடந்து சென்று பார்க்கவேண்டும். குடைவரைக் கோயில்களுக்குள் தியானத்தில் அமர்ந்த புத்தர் அஜந்தா குகைகளை

போஜ்ஜனகொண்டா மலை - புத்தர் சிலை

லிங்கலங்கொண்டா மலை - இந்த குன்று முழுக்க தூபிகள்தான்

நினைவுபடுத்தினார். அஜந்தா போலவே இருபக்கமும் சுவர்களில் புடைப்புச்சிலைகளாக பெரிய போதிசத்வர்கள் நின்றிருந்தார்கள். வெளியே பலவகையான புத்தர்சிலைகள். நாகபடத்துக்குக் கீழே அமர்ந்த யோகபுத்தர். நின்றிருக்கும் புத்தர். இங்கிருக்கும் கல் மென்மையான மணற்பாறையாலானது. ஆகவே பெரும்பாலான சிலைகள் கரைந்துருகிய வடிவத்தில் உள்ளன. அதுவேகூட ஒரு அழகைக் கொடுத்தது. காலத்தின் திரைக்கு அப்பால் மறைந்திருக்கும் புத்தரை பார்க்கும் உணர்ச்சி.

இங்கே தேரவாதம், மகாயானம், வஜ்ராயனம் ஆகிய மூன்று பௌத்த மரபுகளும் முரண்பாடில்லாமல் ஒரே சமயம் புழங்கியிருக்கின்றன. வஜ்ராயன பௌத்தத்தின் தெய்வமாகிய திகம்பர கணபதியின் சிலை ஒரு சுவரில் இருக்கின்றது. சிதைந்த சிலை. நிர்வாணியாக நிற்கும் கணபதி. நான் இப்போதுதான் அத்தகைய சிலையை பார்க்கிறேன். இருளுக்குள் அமர்ந்திருந்த புத்தரை பார்த்து நிற்கையில் மெல்ல இருள் விலகி அவர் அருள்முகம் தெளியும் அனுபவம் குகைகளுக்கே உரியது.

லிங்கலுகொண்டா தேரவாதிகளின் மலை. இதுதான் காலத்தில் மூத்தது. இங்கே இரு பெரும் தூபிகள் நேரடியாக கல்லில் செதுக்கப் பட்டிருக்கின்றன. முப்பதடி உயரமானவை. அவற்றின் பிரம்மாண்ட

மான வடிவம் ஒரு வகையான பணிவை தனிமையை ஏக்கத்தை மனதில் நிறைத்தது. இந்த குன்று முழுக்க தூபிகள்தான். போஜன கொண்டாவில் எல்லா பாறைகளையும் தூபிகளாக செதுக்கி யிருந்தார்கள். அதைவிட இங்கே அதிகம். ஐநூறு தூபிகள் ஒரே இடத்தில் குவியலாக நின்றிருந்தன. தூபிகளைத்தான் லிங்கம் என்று எண்ணி பெயரிட்டிருக்கிறார்கள். தூபிகள் எல்லாமே மழையில் அரித்துப்போனவையாக இருந்தன.

எங்கள் பயணத்தின் கடைசி இடம் இது. குகைகளின் வழியிலான பயணம் குகேஸ்வரனாகிய புத்தரின் சன்னிதியில் அந்தியின் பொன்னொளியில் முடிவடைவது ஓர் அழகிய திரைச்சரிவுதான்.

குகைகளின் முடிவில்

நேற்று முழுக்க ஒரே மூச்சாகப் பயணம் செய்து ஏலூரு வந்து சேர்ந்தோம். அங்கே ராமச்சந்திர ஷர்மாவின் நண்பர் ஏற்பாடு செய்திருந்த அறையில் தங்கினோம். காலையில் எழுந்து மீண்டும் ஐநூறு கிலோமீட்டர் பயணம் செய்து சென்னை. சென்னையில் இருந்து ரயிலில் நாகர்கோயில்.

இதுவரை மேற்கொண்ட பயணங்களில் இருந்து முற்றிலும் மாறுபட்டது இது. இதுவரை சென்ற பயணம் மண்மீது ஊர்தல். இது மண்ணுக்குக் கீழும் இருந்தது. பயண முடிவில் ஒரு தையல் ஊசிபோல நாங்கள் மண்ணை மேலும் கீழும் சென்று தைத்து மீண்டதாகத் தோன்றியது.

ஒவ்வொரு பயணம் முடியும்போதும் தோன்றுவதுதான், இன்னும் இப்படி எத்தனைப் பயணங்கள் சென்றால் இந்த மண்ணை அறிய முடியும்? அதற்கு எத்தனை ஆயுள் தேவை!

www.ingramcontent.com/pod-product-compliance
Lightning Source LLC
LaVergne TN
LVHW040750051026
849519LV00007BA/2498
* 9 7 8 9 3 8 6 7 3 7 1 4 4 *